மணிமேகலை

மணிமேகலை

மதுரைக் கூலவாணிகன் சீத்தலைச் சாத்தனார்
நாவல் வடிவம்: என். சொக்கன்

ZDP
SPECIFICS

Title: Manimekalai
Author's Name: N Chokkan

Published by ZDP Specifics

SPECIFICS

(An imprint of Zero Degree Publishing)
No. 55(7), R Block, 6th Avenue,
Anna Nagar,
Chennai - 600 040

Website: www.zerodegreepublishing.com
E Mail id: zerodegreepublishing@gmail.com
Phone: 89250 61999

ZDP Specifics Firs t Edition: November 2022
ISBN: 978-93-95222-15-0
TITLE No. ZDP Specifics : 31

Rs.

Cover Design & Layout: Vijayan, Creative Studio

பொருளடக்கம்

கதை மாந்தர்கள்

- மணிமேகலை - கதை நாயகி
- கோவலன் - மணிமேகலையின் தந்தை
- மாதவி - மணிமேகலையின் தாய், கணிகையர் குலத்தைச் சேர்ந்தவர், கோவலனின் காதலி
- கண்ணகி - கோவலன் மனைவி
- மாசாத்துவன் - கோவலன் தந்தை
- பரதன் - முன்பிறவியில் கோவலன்
- உதயகுமரன் - சோழ இளவரசன், மணிமேகலையின்மீது காதல் கொண்டவன்
- சித்திராபதி - மாதவியின் தாய்
- வயந்தமாலை - மாதவியின் தோழி
- சுதமதி - மாதவியின் தோழி
- கௌசிகன் - சுதமதியின் தந்தை
- பீலிவளை - நாக நாட்டு அரசன் வளைவணனின் மகள், நெடுமுடிக்கிள்ளியின் காதலி
- வாசமயிலை - பீலிவளையின் தாய், வளைவணனின் மனைவி
- தாரை - முன்பிறவியில் மாதவி
- வீரை - முன்பிறவியில் சுதமதி

- லட்சுமி - முன்பிறவியில் மணிமேகலை
- ராகுலன் - லட்சுமியின் கணவன்
- ஆபுத்திரன் - அமுதசுரபியின்மூலம் உலகிற்கு உணவளித்தவன்
- தீவதிலகை - மணிமேகலைக்கு அமுதசுரபியைப் பெற்றுத்தந்தவள்
- இளம்பூதி - ஆபுத்திரனின் வளர்ப்புத் தந்தை
- காயசண்டிகை - பெரும் பசியால் துன்பமடைந்தவள், மணிமேகலைக்கு ஆதிரையை அடையாளம் காட்டியவள்
- காஞ்சனன் - காயசண்டிகையின் கணவன்
- ஆதிரை - பூம்புகாரில் வாழும் பத்தினிப் பெண்
- சாவகன் - ஆதிரையின் கணவன்
- சதுக்கபூதம்

தெய்வங்கள்:

- இந்திரன்
- மணிமேகலா
- சம்பாபதி
- சிந்தாதேவி
- துர்க்கை
- மதுராபதி

முனிவர்கள்:

- அகத்தியர்
- அறவணடிகள்
- சங்க தருமன்
- பிரம தருமன்
- சாது சக்கரன்
- அறவணர்
- மண்முக முனிவர்
- விருச்சிக முனிவர்
- பரசுராமர்
- தருமசாவகன்

அரசர்கள் / ஆட்சியாளர்கள்:

- தொடித்தோட் செம்பியன்
- நெடுமுடிக்கிள்ளி
- வளைவணன்
- ரவிவர்மன் (தாரை, வீரை, லட்சுமியின் தந்தை)
- சீதரன் (ராகுலனின் தந்தை)
- அத்திபதி
- துச்சயன் (தாரை, வீரையின் கணவன்)
- புண்ணியராசன் (ஆபுத்திரனின் மறுபிறவி)
- பூமிச் சந்திரன் (புண்ணியராசனின் வளர்ப்புத் தந்தை)
- காந்தன்
- ககந்தன் (காந்தனின் மகன்)
- வசு
- குமரன்
- குடக்கோச சேரலாதன்

மற்ற சிறு கதைமாந்தர்கள்:

- எட்டிகுமரன்
- மாருதவேகன்
- சார்ங்கலன்
- கோதமை
- அமுதபதி
- நீலபதி
- சந்திரதத்தன்
- துவதிகன்
- சித்திரசேனன்
- தருமதத்தன்
- விசாகை
- வாசந்தவை
- அமரசுந்தரி
- சனமித்திரன்
- கோவலன் (மணிமேகலையின் தந்தை அல்ல, அவர்களுக்குப் பல தலைமுறை முன்பாகப் பிறந்தவன்)

1. இவள் பெயர் மணிமேகலை

'பெண் குழந்தை.'

கோவலன் கண் நிறைந்த மகிழ்ச்சியுடன் தன் மகளைப் பார்த்தான். ஆனந்தக் கண்ணீரோடு அந்தப் பிஞ்சுக் குழந்தையைக் கையில் வாங்கிக்கொண்டான். ஆசையோடு முத்தங்கள் சொரிந்தான்.

பச்சைக் குழந்தை அந்தச் சிறு அதிர்வைக்கூடத் தாங்கமுடியாமல் மெல்லச் சிணுங்கி நெளிந்தது. பஞ்சுப் பொதியென அசையும் அதன் மென்தேகத்தையும் சின்னக் கைகளையும் மூடித் திறக்கும் கண்களையும் கை கால் அசைவுகளையும் விழிகளால் பருகினான் கோவலன்.

சில விநாடிகள் அமைதியாக ஏதோ யோசனையில் இருந்தவன் மெல்லப் புன்னகை செய்தான். 'இவள் பெயர் மணிமேகலை' என்றான்.

பிரசவக் களைப்பில் இருந்த மாதவி மெலிந்த குரலில் 'நல்ல பெயர்' என்றாள். மகளை அன்போடு தொட்டு அணைத்துக்கொண்டாள்.

'ஆமாம்' என்று தலையசைத்தான் கோவலன், 'அலைகடலில் இருக்கும் ஒரு நல்ல தேவதையின் பெயர் மணிமேகலா. அந்தத் தெய்வத்தின் நினைவாகத்தான் நம்முடைய மகளுக்கு இந்தப் பெயரைச் சூட்டுகிறேன்.'

'ஆனால், குறிப்பாக ஏன் அந்தப் பெயர்? ஏதாவது சிறப்புக் காரணம் இருக்கிறதா?'

கோவலன் மீண்டும் சிரித்தான். 'காரணம் இருக்கிறது. அது ஒரு பெரிய கதை' என்று சொல்ல ஆரம்பித்தான்.

2. தவக்கொடி

கடல் கொந்தளித்துக்கொண்டிருந்தது.

அலைகளின் ஆவேசத்தில் சிக்கிய அந்த மரக்கலம் செய்வதறியாமல் தடுமாறியது. அங்கும் இங்கும் அலைக்கழிக்கப்பட்ட அதன் உடல் பாகங்கள் முறிந்துவிடுமோ என்று பயமுறுத்தின. அதில் பயணம் செய்துகொண்டிருந்த எல்லோரும் உயிர் பயத்தில் அலறினார்கள்.

ஆனால் எவ்வளவுதான் கத்தினாலும் இத்தனை பெரிய கடலுக்கு நடுவே யார் அவர்களைக் காப்பாற்றப்போகிறார்கள்? இயற்கைமட்டும் கருணை காட்டாவிட்டால் எல்லோரும் இந்த உப்புத் தண்ணீரிலேயே சமாதியாகவேண்டியதுதான்.

அத்தனை அமளியிலும் ஒரே ஒரு வியாபாரிமட்டும் நம்பிக்கையோடு இருந்தான். 'கவலைப்படாதீர்கள், தெய்வம் நமக்குத் துணையிருக்கும்' என்று மற்றவர்களுக்கும் தைரியம் சொன்னான்.

அவன் சொல்லி வாய்மூடவில்லை. ஒரு பெரிய அலை அவர்களைப் புரட்டிப்போட்டது. 'படார்' என்று பெரிய

சத்தம். அந்த மரக்கலம் உடைந்துவிட்டது. அதில் இருந்தவர்கள் திசைக்கு ஒருவராகத் தூக்கி எறியப்பட்டார்கள்.

நம்பிக்கையோடு இருந்த அந்த வியாபாரியின் கையில் ஒரே ஒரு மரக்கட்டை சிக்கியது. அதை இறுகப் பற்றிக்கொண்டு உதவி வரும் என்கிற எண்ணத்தோடு காத்திருந்தான்.

ஒரு நாள், இரண்டு நாள், மூன்று நாள், ஐந்து நாள், ஏழு நாள். யாரும் அவனுக்கு உதவ வரவில்லை.

தொடர்ந்து பல நாள்கள் உணவு உட்கொள்ளாமல், தண்ணீர்கூட அருந்தாமல் இருந்த அந்த வியாபாரி இப்போது தன்னுடைய கடைசி நம்பிக்கையையும் இழந்து தத்தளித்தான். தன் உயிர் பிரியப்போகிறது என்கிற எண்ணம் அவனுக்குத் தோன்றிவிட்டது.

'கடவுளே' அவன் ஆற்றாமையோடு கதறினான், 'நான் வாழ்ந்தவரை ஒரு தப்பும் செய்யவில்லை. யாரிடமும் பொய் சொன்னதில்லை. எவரையும் ஏமாற்றியதில்லை. ஒழுக்கமும் உண்மையும்தான் என்னுடைய சொத்துகளாக நினைத்து வாழ்ந்துகொண்டிருந்தேன். எனக்கு ஏன் இப்படி ஒரு கொடும் மரணம் வரவேண்டும்?'

அடுத்த விநாடி, தேவர்களின் தலைவனாகிய இந்திரனின் இருக்கை அசைந்தது. பூலோகத்தில் ஏதோ தவறு நடக்கிறது என்று அவன் புரிந்துகொண்டான்.

தேவேந்திரன் கண்களை மூடிச் சிந்தித்தான். ஆழ்கடலில் தத்தளிக்கும் அந்தத் தூயவனின் பிம்பம் அவனுக்குத் தெரிந்தது.

உடனடியாக, இந்திரன் மணிமேகலா தெய்வத்தை அழைத்தான், 'கடலில் உணர்விழந்து கிடக்கும் இந்த வியாபாரி மிகவும் நல்லவன். அவனை நீதான் காப்பாற்றவேண்டும்' என்றான்.

நிலைமையைப் புரிந்துகொண்ட மணிமேகலா தெய்வம் விரைவாக அந்தக் கடலில் சென்று தோன்றியது. தண்ணீரில்

தத்தளித்துக்கொண்டிருந்த அந்த வியாபாரியைக் காப்பாற்றிக் கரை சேர்த்தது.

‘அன்றைக்குக் கடலில் மணிமேகலா தெய்வத்தால் காப்பாற்றப்பட்ட அந்த வணிகன் என்னுடைய முன்னோர்களில் ஒருவன்’ என்றான் கோவலன். ‘அவனது கதையை எனது உறவினர்கள் சொல்லக் கேட்டேன். அதிலிருந்து மணிமேகலா தெய்வத்தின்மீது எனக்கு ஒரு பக்தி பிறந்துவிட்டது. அதனால்தான் நம் மகளுக்கு மணிமேகலை என்று பெயர் சூட்டியிருக்கிறேன். உனக்குப் பிடித்திருக்கிறதுதானே?’

‘மிகவும் பிடித்திருக்கிறது’ என்றாள் மாதவி, ‘நீங்கள் இந்தக் கதையைச் சொன்னபிறகு எனக்கும் அந்த மணிமேகலா தெய்வத்தின்மீது பக்தி உண்டாகிவிட்டது. நம் மகளும் அந்தத் தேவதையைப்போல் அருள் நிறைந்தவளாக, மற்றவர்களுக்கு உதவவேண்டும் என்கிற சிந்தனை கொண்டவளாக வளரட்டும்.’

அன்று இரவு, மணிமேகலா தெய்வம் மாதவியின் கனவில் தோன்றியது. ‘உன் மகள் பெரிய தவக்கொடியாகத் திகழ்வாள்’ என்று ஆசிர்வதித்து மறைந்தது.

மாதவி திடுமென்று எழுந்து உட்கார்ந்தாள். பக்கத்தில் உறங்கிக்கொண்டிருந்த தன் மகளைப் பரவசத்தோடு அணைத்துக்கொண்டாள்.

அப்போது அவளுக்குத் தெரியாத விஷயம், இதே மணிமேகலா தெய்வத்தின் அருளால் இந்த மணிமேகலையின் வாழ்க்கையில் பல மாற்றங்கள் ஏற்படவிருக்கின்றன. ‘தவக்கொடி’ என்று தெய்வம் சொன்னது வெறும் ஆசி வார்த்தை அல்ல, உண்மையான உண்மை!

3. இந்திர விழா

புகார் நகரம் விழாக்கோலம் கொண்டிருந்தது.

அதுவும் சாதாரண விழா இல்லை. இந்திர விழா!

அந்தக் காலத்தில், தெய்வமுனிவர் அகத்தியர் சொன்ன அறிவுரைப்படி தொடித்தோட் செம்பியன் இந்திரனை வணங்கி நின்றான், 'எங்களுடைய பூம்புகார் நகரில் இருபத்தெட்டு நாள்கள் இந்திர விழா கொண்டாடுகிறோம்' என்று பணிவோடு அறிவித்தான், 'இந்த விழாவைச் சிறப்பிப்பதற்காக நீயும் புகார் வந்து தங்கியிருக்கவேண்டும்' என்று கேட்டுக்கொண்டான்.

இந்திரன் சம்மதித்தான். அவனோடு அத்தனை தேவர்களும் புகார் நகருக்குப் புறப்பட்டுவந்தார்கள்.

அதன்பிறகு புகார் நகரில் இந்திர விழா தவறாமல் நடந்துவருகிறது. அதைக் கண்டு களிப்பதற்காகத் தேவேந்திரனான இந்திரனே மண்ணில் இறங்கிவந்து கௌரவிக்கிறான்.

வானுலகத்தில் இல்லாத சவுகர்யங்களா? இந்திரனும் தேவர்களும் அதை விட்டுக் கீழே இறங்கிவருகிறார்கள் என்றால் சாதாரண விஷயமா? பல நாடுகளைச் சேர்ந்த மக்கள், முனிவர்கள்,

சோதிடர்கள், அமைச்சர்கள், ராணுவ வீரர்கள், அதிகாரிகள், தூதுவர்கள், வியாபாரிகள், படைத் தலைவர்கள் எல்லோரும் இந்திர விழாவின்போது புகாரில் வந்து கூடுவார்கள்.

இப்போது, பூம்புகாரில் இன்னோர் இந்திர விழாவைத் தொடங்கவேண்டிய நேரம். அதுபற்றி விவாதிப்பதற்காகவும் விழா ஏற்பாடுகளைக் கவனிப்பதற்காகவும் அரச சபையில் பல பெரியோர்கள் கூடியிருந்தார்கள்.

'இந்திர விழா தொடங்கட்டும்' என்று முறைப்படி அறிவித்தான் அரசன், 'உடனடியாக நம் மக்களுக்கு இந்த விழாவைப்பற்றிச் சொல்லுங்கள், அடுத்த சில நாள்களில் புகாரைத் தேடி வருகிற ஒவ்வொருவரும் நம்பமுடியாத ஆச்சர்யத்தில் திகைத்து நிற்கவேண்டும். அந்த அளவுக்கு நம்முடைய நகரத்தை அற்புதமாக அலங்கரிக்கச் சொல்லுங்கள்!'

அரச கட்டளையின்படி, விழா முரசு யானைமேல் ஏறியது. அலங்கரிக்கப்பட்ட அந்த யானை வீதிகளில் அசைந்துவர, அதன்பின்னே மற்ற யானைகள், குதிரைகள், தேர்கள், போர் வீரர்களும் நடந்தார்கள். சிறிது நேரத்தில் இந்த ஊர்வலம் பூம்புகாரின் மையப் பகுதியை எட்டியது.

இப்போது, முதல் யானையின்மீது அமர்ந்திருந்தவர் முரசைப் பெரிய தடிகளால் அடித்தபடி முழங்க ஆரம்பித்தார். 'புகார் நகரம் வாழ்க! இங்குள்ள மக்கள் மனம் மகிழும்படி மாதம் மும்மாரி பெய்யட்டும். பசி தீரட்டும். நோய் மறையட்டும். பகைமை ஒழியட்டும். எங்கள் அரசன் நலமாக நல்லாட்சி செய்யட்டும்!'

முரசு முழக்கத்தைக் கேட்டவுடன், புகார் மக்கள் உற்சாகமாகி விட்டார்கள். ஏதோ முக்கியமான அறிவிப்பு என்று யானையைச் சுற்றிக் கூடினார்கள். கவனமாகக் கேட்க ஆரம்பித்தார்கள்.

'புகார்ப் பெருமக்களே! நம் நகரத்தில் இந்திர விழா கொண்டாடப்போகிறோம். இதை முன்னிட்டு இந்திரனும் தேவர்களும் இன்னும் பல பெரியோர்களும் இங்கே வந்து

தங்குவார்கள். அவர்களை வரவேற்பதற்காக வீதியெங்கும் தோரணங்களைக் கட்டுங்கள், ஊர் மன்றங்களில் பூரண கும்பங்களை அமையுங்கள், பாவை விளக்குகளை ஏற்றிவையுங்கள், குலை சாய்த்த பாக்கு மரம், வாழை மரம், வஞ்சி மர, பூக்கொடிகள், கரும்புகளை நட்டுவையுங்கள். நம் வீதிகளில் பழைய மணலை நீக்கிவிட்டுப் புதுமணல் பரப்புங்கள்!'

'இந்திர விழா' என்றவுடன் புகார் மக்கள் முகத்தில் புன்னகை பரவியது. ஆவல் கலந்த எதிர்பார்ப்புடன் முரசு அறிவிப்பாளர் சொல்வதைத் தொடர்ந்து கேட்டார்கள்.

'விழாவின்போது நம் ஊர்க் கோவில்களில் உள்ள கடவுள்களை விசேஷமாக அலங்கரிக்கவேண்டும். சிறப்பு வழிபாடுகள் செய்யவேண்டும்.'

'நல்ல நெறிமுறைகளை உணர்ந்தவர்கள் நம்முடைய மன்றங்களில் சொற்பொழிவு நிகழ்த்துங்கள். பட்டிமன்றங்கள், விவாத மன்றங்களுக்கு ஏற்பாடு செய்யுங்கள். இவற்றின்மூலம் மக்களுக்குச் சிறந்த அற உண்மைகளை விளக்கிச் சொல்லுங்கள்.'

'இந்திர விழா நடக்கும்போது உங்களுடைய கோபதாபங்களையெல்லாம் மறந்துவிடுங்கள். எதிரிகளின்மீதுகூட ஆத்திரப்படாமல் அன்பாகப் பழகுங்கள். அது முடியாது என்றால் அவர்களை விட்டு விலகிவிடுங்கள். நம்முடைய தனிப்பட்ட விரோதங்களால் ஊர் நன்மை பாதிக்கப்பட்டுவிடாதபடி கவனமாகப் பார்த்துக்கொள்ளுங்கள்.'

இப்படிப் பல விஷயங்களை அக்கறையோடு விளக்கிச் சொன்ன முரசு அறிவிப்பாளர் கடைசியாகப் புகார் நகரை மீண்டும் வாழ்த்தி முடித்தார். அதன்பிறகு அவருடைய யானை அடுத்த இடத்தை நோக்கி மெல்ல நடக்கத் தொடங்கியது.

அன்றைக்கு அவர் சென்ற வழியெல்லாம் மக்கள் கூட்டம் கூட்டமாக வந்து குவிந்தார்கள். இந்திர விழாபற்றிய தகவல்களைக் கேட்டுக்கொண்டார்கள். அந்த விழா எப்படியெல்லாம் நடக்கும் என்கிற ஆனந்தக் கற்பனையில் மூழ்கினார்கள்.

இதையெல்லாம் பார்த்துக்கொண்டிருந்த ஒரு சிறுவன் தன் தாயிடம் கேட்டான், 'இந்திர விழான்னா என்னம்மா? நாம எதுக்காக அதைக் கொண்டாடறோம்?'

ஆவலோடு கேட்கிற மகனை அந்தத் தாய் மெல்ல அணைத்துக்கொண்டார். 'கண்ணு, நாம இந்த விழாவை நல்லபடியாக் கொண்டாடலைன்னா, சாமிக்குக் கோபம் வந்துடும், கடல் தண்ணியை அனுப்பிவிட்டு இந்த ஊரையே அழிச்சிடுவார்!'

'அச்சச்சோ, நிஜமாவா?' அந்தச் சிறுவன் கண்ணில் பயம், 'ஏன் அப்படி?'

அவனுடைய தாய் வேதனையோடு ஒரு பெருமூச்சு விட்டார். 'இந்திர விழா'வின் கதையை அவனுக்குச் சொல்ல ஆரம்பித்தார்.

4. எங்கிருந்தோ வந்தவள்

அழகிய சோலை.

எங்கு பார்த்தாலும் பசுமை போர்த்திய மரங்கள். வண்ண மலர்கள். பட்டாம்பூச்சிகள். பாடும் பறவைகள். கூப்பிட்ட குரலுக்கு உணவும் பானங்களும் பரிமாறக் காத்திருக்கும் பணியாளர்கள்.

ஆனால், மன்னன் நெடுமுடிக்கிள்ளிக்கு இந்தச் சவுகர்யங்களில் மனம் ஒன்றவில்லை. ஏதோ ஓர் இனம் புரியாத வெறுமை அவனை ஆக்கிரமித்திருந்தது.

அமைச்சர்களும் அதிகாரிகளும் தங்கள் அரசனைக் கவலையோடு பார்த்தார்கள். மன்னனின் மனத்தை மாற்றுவதற்கு என்ன வழி என்று யோசித்தார்கள். ஒன்றும் புரிபடவில்லை.

இந்த நேரத்தில்தான், ஓர் அழகிய இளம் பெண் அந்தச் சோலைக்குள் நுழைந்தாள். மன்னன் முன்னே வந்து நின்றாள்.

அவளைப் பார்த்தவுடன் நெடுமுடிக்கிள்ளியின் கண்களில் ஒளி பரவியது. ‘பெண்ணே, நீ யார்?’ என்று கேட்டான்.

அந்தப் பெண் பதில் எதுவும் சொல்லவில்லை. நாணத்தோடு தலைகுனிந்து நின்றாள்.

அவ்வளவுதான். மன்னன் விழுந்துவிட்டான். அந்தப் பேரழகியையே தன் காதலியாகவும் மனைவியாகவும் ஏற்றுக்கொண்டு குடும்பம் நடத்த ஆரம்பித்துவிட்டான்.

அடுத்த ஒரு மாதம், மன்னன் தன் நாட்டை மறந்தான், மக்களை மறந்தான், அரசாங்கக் கடமைகளை மறந்தான், தானம் கொடுக்கும் பழக்கத்தை மறந்தான், எல்லாவற்றையும் மறந்துவிட்டு அவள்மட்டுமே உலகம் எனச் சுற்றிச்சுற்றி வந்தான்.

அந்தப் பெண் மன்னனுக்கு நல்ல காதலியாக நடந்துகொண்டாள். ஆனால் அதேசமயம் தான் யார் என்பதைப்பற்றி மூச்சு விடவில்லை.

நெடுமுடிக்கிள்ளியும் அதைப்பற்றிக் கவலைப்படவில்லை. 'அவள் யாராக இருந்தால் என்ன? என் மனத்துக்கு இனியவளாக இருக்கிறாள். அது போதும்!' என்று திருப்தியாகிவிட்டான்.

திடீரென்று ஒருநாள், அந்தப் பெண்ணைக் காணவில்லை.

அரசன் அதிர்ந்துபோனான், 'திடுமென்று என்முன்னே தோன்றினாள். இப்போது அதே வேகத்தில் எங்கேயோ சென்று மறைந்துவிட்டாளே' என்று புலம்பினான்.

உடனடியாக, அரசனின் மனம் கவர்ந்த அந்தப் பெண்ணைத் தேடும் வேலைகள் ஆரம்பமாயின. தன்னுடைய பாதுகாவலர்களைமட்டும் நம்பாமல், நெடுமுடிக்கிள்ளியே தனிப்பட்டமுறையில் நாடுமுழுவதும் சுற்றிவந்து அவளைத் தேடினான். பலன் இல்லை. பெயர்கூடத் தெரியாத ஒரு பெண்ணை எங்கே தேடமுடியும்? எப்படிக் கண்டுபிடிக்கமுடியும்?

வேதனையில் மூழ்கிய மன்னன் உடல் இளைத்தான். சாப்பாடு, தூக்கம் மறந்தான். வாழ்க்கையில் ஆர்வம் இழந்துவிட்டவனைப்போல் சுற்றிவந்தான்.

அப்போது ஒருநாள், மன்னன் கடலருகே நடந்து சென்று கொண்டிருந்தபோது வானத்தில் ஒரு சின்னப் புள்ளி தோன்றியது. மெல்லப் பெரிதாகி அவன்முன்னே வந்து நின்றது.

மன்னன் அந்தப் பெரியவரை வியப்போடு பார்த்தான், 'ஐயா, நீங்கள் யார்?'

'நான் ஒரு சாரணன். வானத்தில் மிதந்துசெல்வேன், தண்ணீர்மேல் நடந்துசெல்வேன்!'

நெடுமுடிக்கிள்ளி முகத்தில் சட்டென்று ஒரு நம்பிக்கை பிறந்தது. அந்தச் சாரணரைப் பணிவாக வணங்கினான், 'ஐயா, நீங்கள் எனக்கு ஒரு பெரிய உதவி செய்யவேண்டும்!'

'சொல்' என்பதுபோல் தலையசைத்தார் சாரணர்.

'ஐயா, கொஞ்ச நாளாக என்னுடைய காதலியைக் காணவில்லை' பரிதாபமாகச் சொன்னான் அரசன், 'அவள் இங்கேதான் எங்கேயோ ஒளிந்துகொண்டிருக்கிறாள். நீங்கள் வானத்தில் மிதந்துசெல்லும்போது அவளை எங்கேயாவது பார்த்தீர்களா?'

சாரணர் புரிந்ததுபோல் புன்னகை செய்தார், 'மன்னனே, உன் காதலியை நான் பார்க்கவில்லை. ஆனால் அவளைப்பற்றி எனக்கு நன்றாகத் தெரியும்!' என்றார்.

'அப்படியா? சீக்கிரம் சொல்லுங்கள். அவள் யார்? எந்த நாட்டைச் சேர்ந்தவள்? இப்போது எங்கே இருக்கிறாள்?' பதற்றத்தோடு கேள்விகளை அடுக்கினான் அரசன் 'அவளை மீண்டும் பார்க்கப்போகிற நாளை எண்ணி என் மனம் தவிக்கிறது!'

'அந்தப் பெண்ணின் பெயர் பீலிவளை' என்றார் சாரணர், 'நாக நாட்டின் அரசனாகிய வளைவணனுடைய மகள்.'

'அப்படியா?'

'ஆமாம் அரசே. ஆனால், இனிமேல் அவள் இங்கே வரமாட்டாள்' என்றார் சாரணர்.

மன்னன் முகம் சட்டென்று சுருங்கியது. தாங்கமுடியாத அதிர்ச்சியில் அவன் உடம்பெல்லாம் நடுங்கியது.

'அரசே, நீ இதைப்பற்றி வருந்தக்கூடாது' என்று அறிவுரை சொன்னார் சாரணர், 'இன்னும் சில மாதங்களில் பீலிவளைக்கு ஓர் ஆண் குழந்தை பிறக்கும். அந்தக் குழந்தை உன்னைத் தேடி வரும். நீ உன்னுடைய மகன் முகத்தைப் பார்த்துக் காதலியை மறக்கவேண்டியதுதான்.'

இப்படிச் சொன்ன சாரணர் மீண்டும் வானத்தில் பறந்து செல்லத் தயாரானார். அதற்குமுன்னால் கடைசியாக ஒரு கேள்வி கேட்டார், 'மன்னவா, இந்த நகரத்துக்கு நீ முறைப்படி இந்திர விழா கொண்டாடவேண்டும். அது உனக்கு நினைவிருக்கிறதா?'

நெடுமுடிக்கிள்ளி ஏதோ சிந்தனையில் தலையசைத்தான். சோகம் தோய்ந்த அவனுடைய கண்களில் வெறுமைமட்டும்தான் நிறைந்திருந்தது.

சாரணர் கவலையோடு அவன் முகம் நோக்கினார். 'இந்திர விழாவைச் சரியாகக் கொண்டாடாவிட்டால் தெய்வங்களுக்குக் கோபம் வரும். அலைகடல் ஊருக்குள் பாய்ந்துவரும். உன்னுடைய நகரமே தண்ணீரில் மூழ்கிவிடும். அதை மறந்துவிடாதே!' என்று சொல்லிவிட்டு மறைந்தார்.

அன்றுமுதல் புகார் மக்கள் ஒரு நிரந்தரக் கவலையிலேயே வாழ்கிறார்கள். எல்லோர் மனத்திலும் ஒரு மூலையில் 'என்றைக்காவது அரசன் இந்திர விழா கொண்டாட மறந்துவிட்டால், நம்முடைய ஊர் அழிந்துவிடுமே' என்கிற படபடப்பு குடியிருக்கிறது!

5. இருள் தோய்ந்த வீடு

இந்திரவிழாவுக்காகப் பூம்புகார் நகரமே குளித்துப் பூச்சூடித் தன்னைப் புதிதாக அலங்கரித்துக்கொண்டிருந்தது.

எங்கு பார்த்தாலும் உற்சாகம், மகிழ்ச்சி, மக்கள் வாழ்த்துகளையும் இனிப்புகளையும் பரிமாறிக்கொண்டு எந்நேரமும் சிரித்தபடியிருந்தார்கள். வீடுகள் புது வண்ணம் பூசப்பட்டு மாளிகைகளைப்போல் மின்னின. மாளிகைகளோ இன்னும் ஒரு படி மேலே போய் இந்திரலோகமே பூமிக்கு வந்துவிட்டாற்போன்ற பிரமையை உருவாக்கின.

இத்தனை ஒளி வெள்ளத்துக்கு நடுவே, ஒரே ஒரு வீடுமட்டும் இருள் தோய்ந்து கிடந்தது.

இத்தனைக்கும், அது வெளிச்சத்துக்காகமட்டுமே படைக்கப்பட்ட வீடு. இன்பத்தைத் தேடி வருகிற ஆண்களுக்கு அதைப் போதும் போதும் என்கிற அளவுக்கு வாரி வழங்கக்கூடிய வீடு.

ஆனால் இப்போது, அந்த வீட்டில் துளி சந்தோஷம் இல்லை. எல்லோரும் கவலை போர்த்திய முகங்களோடு இருட்டில் உட்கார்ந்திருந்தார்கள்.

உள்ளேயிருந்து வந்த சித்திராபதி ஏக்கத்தோடு கேட்டார், 'என் மகள் மாதவி வந்துவிட்டாளா?'

'இல்லை அம்மா' என்றாள் வயந்தமாலை, 'நீங்கள் கவலைப்படாதீர்கள், சீக்கிரம் வந்துவிடுவாள்!'

'சும்மா என்னைச் சந்தோஷப்படுத்துவதற்காகப் பொய் சொல்லாதே வயந்தமாலை' சித்திராபதியின் குரலில் வேதனையும் கோபமும் சரிவிகிதத்தில் பொங்கி வழிந்தது, 'அவள் ரோஷக்காரி! இனிமேல் இந்த வீட்டுக்கு வரமாட்டாள்!'

வயந்தமாலை அமைதி காக்கவும், சித்திராபதி தொடர்ந்து பேசினார், 'மாதவிக்கு என்மீது கோபம் இருக்கலாம். ஆனால் அதை இந்திரவிழாவிலா காட்டுவது? இதுமாதிரி ஒரு கொண்டாட்டத்தில் கலந்துகொள்ளாவிட்டால் அவள் கணிகையர் குலத்தில் பிறந்து என்ன புண்ணியம்? ஊர் அவளைப்பற்றிக் கேவலமாகப் பேசுகிறதே, அது அவளுக்குத் தெரியாதா?'

'அம்மா, உங்களுடைய வேதனை எனக்குப் புரிகிறது. ஆனால் அதற்காக நீங்கள் மாதவியைப்பற்றி இப்படித் தவறாகப் பேசுவது நியாயமில்லை' குரலை எழுப்பாமல் வாதாடினாள் வயந்தமாலை, 'அவள் ஒன்றும் தப்பு செய்துவிடவில்லையே. இந்தச் சுகவாழ்க்கையை வெறுத்துத் துறவறத்தை ஏற்றுக்கொண்டிருக்கிறாள். அது ஒரு பெரிய குற்றமா?'

'மாதவிதான் உன்னுடைய நெருங்கிய தோழியாச்சே. நீ அவளை விட்டுக்கொடுப்பாயா?' விரக்தியோடு சிரித்தார் சித்திராபதி, 'துறவறம் உசத்தியான விஷயம்தான். ஆனால், நம்முடைய குலத்தில் பிறந்தவர்களுக்கு அது பொருந்தாது. அந்தக் கோணத்தில் பார்த்தால், மாதவி இப்படித் திடீரென்று துறவியாக அவதாரம் எடுத்திருப்பது கொஞ்சமும் நியாயம் இல்லை. அவள் தன்னுடைய மகள் மணிமேகலையையும் துறவியாக்கப்பார்ப்பது இன்னும் பெரிய அநியாயம்!'

சிறிது நேரம் கழித்து, சித்திராபதி மீண்டும் வயந்தமாலையை அழைத்தார் 'பெண்ணே, உனக்கு ஒரு சின்ன வேலை!'

'சொல்லுங்கள் அம்மா.'

'மாதவியும் மணிமேகலையும் இப்போது எங்கே தங்கியிருக்கிறார்கள்? உனக்குத் தெரியுமா?'

'நன்றாகத் தெரியும் அம்மா. அவர்களுக்கு ஏதாவது சேதி சொல்லவேண்டுமா?'

'ஆமாம். நான் இப்போது சொன்னதையெல்லாம் மாதவியிடம் தெரிவிக்கவேண்டும். அவள் மனத்தை மாற்றவேண்டும். அதன்பிறகு, அவள் துறவறத்தைத் தூக்கி எறிந்துவிட்டு உடனடியாக இங்கே வந்து சேரவேண்டும், அதற்கு நீதான் பொறுப்பு!'

சித்திராபதி இப்படிச் சொன்னதும் வயந்தமாலையின் முகம் சுருங்கியது. ஆனாலும் பெரியவர்கள் வார்த்தையைத் தட்ட மனம் இல்லாமல் மாதவியின் வீட்டை நோக்கிப் புறப்பட்டாள்.

6. கண்ணகியின் மகள்

அழகிய மலர் மண்டபம்.

கீழே உதிர்ந்துகிடந்த பூக்களை மிதித்துவிடாமல் கவனமாக நடந்தாள் வயந்தமாலை. உள்ளே துறவுக்கோலத்தில் இருந்த பெண்களிடையே மாதவியைத் தேடினாள்.

அதோ, அந்த மூலையில் உட்கார்ந்திருப்பதுதான் மாதவியா? ஒருகாலத்தில் எப்பேர்ப்பட்ட அழகியாக இருந்தவள்! இப்போது பொட்டு நகை இல்லாமல், அலங்காரம் இல்லாமல் துவண்ட கொடிபோல் மெலிந்து கிடக்கிறாளே! வயந்தமாலையின் மனம் வாடியது.

அதே நேரத்தில் மாதவியும் வயந்தமாலையைப் பார்த்துவிட்டாள். நீண்டநாளுக்குப்பிறகு தோழியைச் சந்திக்கிற மகிழ்ச்சியோடு எழுந்துவந்தாள் அவள். ‘எப்படி இருக்கிறாய் வயந்தமாலை? அம்மா நலமா? நம் தோழிகளெல்லாம் நன்றாக இருக்கிறார்களா?’

‘எல்லோரும் நலம்தான்’ சங்கடமாக இழுத்தாள் வயந்தமாலை, ‘அம்மாவுக்குதான் உன்மேல் கொஞ்சம் கோபம்!’

‘கொஞ்சமென்ன, நிறையவே கோபம் இருக்கும்’ என்றாள் மாதவி, ‘ஆனால், நான் என்ன செய்யமுடியும்? என்னுடைய

கண்ணுக்குக் கண்ணான கோவலன் இறந்தபிறகு இந்தத் துறவறத்தில்தான் என் மனம் அமைதி காண்கிறது!'

'மாதவி, உனக்குத் தெரியாதது இல்லை. ஆனாலும், அம்மா உன்னிடம் தெரிவிக்கச் சொன்ன சில விஷயங்களைச் சொல்லவேண்டியது என்னுடைய கடமை!' என்றாள் வயந்தமாலை, 'தயவுசெய்து இதைப் பொறுமையாகக் கேள், அதன்பிறகு என்ன செய்வது என முடிவெடுக்கவேண்டியது நீதான்!'

'நம்மைப்போன்ற கணிகையர் குலப் பெண்களுக்கென்று சில தனிப்பட்ட குணங்கள் விதிக்கப்பட்டிருக்கின்றன. பலவகை நடனங்களை ஆடுவது, இசைக்கருவிகளை வாசிப்பது, மத்தளம் அடிப்பது, குழல் ஊதுவது, பந்தாடுவது, சமையல் செய்வது, பூத் தொடுப்பது, முத்துமாலைகளைக் கோர்ப்பது, நேரத்துக்கு ஏற்றபடி ஒப்பனை செய்துகொள்வது என்று நாம் செய்யவேண்டிய விஷயங்கள் ஏராளம் இருக்க, இவை எல்லாவற்றையும் ஒதுக்கிவிட்டு நீ துறவியாகித் தவம் செய்வது யாருக்கும் விருப்பமில்லை. இதற்காக ஊரில் எல்லோரும் உன்னை வெறுக்கிறார்கள், கேலி செய்கிறார்கள், இதெல்லாம் உனக்குத் தேவையா?'

மாதவி விரக்தியாகச் சிரித்தாள், 'வயந்தமாலை, நான் செய்த மிகப் பெரிய தவறு என்ன தெரியுமா? என்னுடைய காதலன் கோவலன் இறந்துபோன செய்தியைக் கேட்டும்கூட இன்னும் உயிரோடு இருக்கிறேனே, அதுதான்!'

'பொதுவாகப் பெண்களின் கற்பு மூன்றுவிதமானது. இதில் முதல் வகையைச் சேர்ந்த பெண்கள், கணவன் இறந்த செய்தி கேள்விப்பட்டதும் அந்த அதிர்ச்சியிலேயே அவர்களும் உயிர் துறந்துவிடுவார்கள். இரண்டாம் வகைப் பெண்கள் கணவனோடு உடன்கட்டை ஏறி இறந்துபோவார்கள், மூன்றாம் வகைப் பெண்கள் விதவைகளாக வாழ்ந்து, பலவிதமான துன்பங்களால் தங்களுடைய உடலை வருத்திக்கொள்வார்கள்!'

ஆனால் கண்ணகி, இந்த மூன்று நிலைகளையும் கடந்தவள். அவள் தன்னுடைய கணவனுக்கு இழைக்கப்பட்ட அநீதியைத் தாங்கிக்கொள்ளமுடியாமல் மதுரை நகரத்தையே எரித்துவிட்டாள். அந்த ஊரைச் சேர்ந்தவர்கள் கோவலனைச் சரியாக விசாரிக்காமல் தவறான குற்றம் சாட்டித் தண்டித்துவிட்டார்கள் என்பதால், அவர்களுக்கு இவளே மிகப் பெரிய தண்டனை கொடுத்துவிட்டாள். எப்பேர்ப்பட்ட பத்தினி அவள்!

இந்த மணிமேகலை, என்னுடைய வயிற்றில் வந்து பிறந்தவளாக இருக்கலாம். ஆனால் இவள் கண்ணகியையும் தன்னுடைய தாயாகவே எண்ணி மதிக்கிறாள்.

மாபெரும் கற்புக்கரசியாகிய கண்ணகியின் மகளை என்னால் எப்படிப் பரத்தமைத் தொழிலில் ஈடுபடுத்தமுடியும்? நீயே சொல்!

அதனால்தான், கோவலன் இறந்தபின்னர் என்னுடைய மகளைத் தூக்கிக்கொண்டு இந்தத் தவச்சாலைக்கு வந்தேன். இங்கே அறவணடிகளைத் தரிசித்தேன், அவருடைய காலில் விழுந்து வணங்கினேன்.

பேசிக்கொண்டே இருந்த மாதவியின் விழிகள் சட்டென்று எங்கோ நிலைத்துநின்றன. அந்தப் பழைய நினைவுகளில் அப்படியே மூழ்கிப்போனாள் அவள்!

7. கதவு திறந்தது

அறவணடிகளின் ஆசிரமம்.

தன்முன்னே வந்து நின்ற மாதவியைக் கருணையோடு பார்த்தார் அறவணடிகள். அவருடைய ஞானப்பார்வையில் முன்பு நடந்தவை, இனி நடக்கப்போகிறவை அனைத்தும் ஓடி முடிந்தன.

ஆனாலும், மாதவியின் துயரத்தைக் குறைக்க அவருக்கு வேறு வழி தெரியவில்லை. 'என்ன நடந்தது பெண்ணே? எதுவானாலும் தயங்காமல் சொல்' என்றார்.

அதற்காகவே காத்திருந்த மாதவி தன் மனத்தில் இருந்ததையெல்லாம் கொட்ட ஆரம்பித்தாள். கோவலனைப் பிரிந்தது, அவன் மதுரைக்குச் சென்றது, திருட்டுக் குற்றம் சாட்டப்பட்டது, கொலையுண்டது, கண்ணகி மதுரையை எரித்து அவளும் மறைந்தது அத்தனையையும் சொல்லிமுடித்தாள்.

'ஸ்வாமி, இப்போது நானும் என் மகளும் ஆதரவில்லாமல் கிடக்கிறோம். எந்தத் திசையில் திரும்புவது என்று தெரியாமல் இங்கே வந்து விழுந்திருக்கிறேன். துயரத்தில் தோய்ந்துகிடக்கும்

இந்த மனம், இப்படி ஒரு பச்சைக் குழந்தையை எப்படி வளர்க்கப்போகிறது? எனக்குத் தெரியவில்லை!' விம்மினாள் மாதவி.

அறவணடிகள் எல்லாம் உணர்ந்ததுபோன்ற அமைதியுடன் அவளை நோக்கினார், 'பெண்ணே, இந்த உலகத்தில் துன்பம் இல்லாதவர்கள் யார்? இங்கே வந்து பிறந்த எல்லோரும் ஒவ்வொரு விநாடியும் துன்பத்தைத்தான் அனுபவித்துக் கொண்டிருக்கிறார்கள்!' என்றார்.

உண்மையில், நாம் இந்த பூமியில் பிறப்பதே ஒரு பெரிய துன்பம்தான். போன பிறவியில் நாம் மண்ணின்மீது, பெண்ணின்மீது, பொருள்களின்மீது, செல்வத்தின்மீது வைத்த பற்றினால்தானே மறுபடி மறுபடி ஜென்மம் எடுக்கிறோம்? மீண்டும் பிறக்காத வரம் வேண்டும் என்றுதானே ஞானிகள்கூட விரும்புகிறார்கள்?

ஆனால், பிறவா வரம் என்கிற அந்தப் பெரிய இன்பம் சாதாரணமாகக் கிடைத்துவிடாது. அதற்கு நாம் முதலில் பற்று என்கிற விஷயத்தை அறுக்கவேண்டும். அது மிகக் கடினமான வேலை.

மனிதர்கள் மற்றவர்களைக் கொல்கிறார்கள், பிறரிடமிருந்து திருடுகிறார்கள், பொய் சொல்கிறார்கள், மது அருந்துகிறார்கள், காமத்தில் கிடந்து புரள்கிறார்கள். இந்த ஐந்து வகைக் குற்றங்களையும் மறந்து ஒழுக்கமான வாழ்க்கையை வாழ்கிறவர்களுக்கு துன்பம் நீங்கும், நிம்மதி பிறக்கும், பிறவாத வரமும் கிடைக்கும்!

அறவணடிகளின் வார்த்தைகளைக் கேட்கிறபோது, மாதவிக்கு ஒரு புதிய கதவு திறந்ததைப்போன்ற உணர்வு ஏற்பட்டது. இனிமேல் துறவு வாழ்க்கைதான் தன்னுடையது என்று முடிவுசெய்துவிட்டாள்.

'வயந்தமாலை, இது நான் யோசிக்காமல் திடீரென்று எடுத்த முடிவு இல்லை' என்றாள் மாதவி, 'என் குருநாதர்

அறவணடிகளின் அருளால் பலவிதமாகச் சிந்தித்தேன், வெவ்வேறு வாழ்க்கைகளை எடைபோட்டுப்பார்த்தேன். கடைசியாக, மற்ற அனைத்தையும்விடத் துறவறம்தான் சிறந்தது என்று புரிந்துகொண்டேன்.'

'அப்படியானால், நீ மீண்டும் நம்முடைய பழைய வாழ்க்கைக்கு வரமாட்டாயா?'

'நிச்சயமாக மாட்டேன். அது என்னால் முடியாது.'

'உன் மகள் மணிமேகலை?'

'அவள் என்னைவிடப் புத்திசாலி, சின்ன வயதிலிருந்தே மிகுந்த தர்ம சிந்தனை கொண்டவளாக, நல்ல வழியில்மட்டுமே நடக்கவேண்டும் என்கிற ஒழுக்கம் நிறைந்தவளாக வளர்ந்திருக்கிறாள். அவள் என்றைக்கும் பரத்தைத் தொழிலுக்கு வரமாட்டாள். இது உறுதி.'

'இப்போது நான் அம்மாவுக்கு என்ன பதில் சொல்வது?'

'என்னுடைய மனநிலையை அப்படியே சொல். அவர் நிச்சயமாகப் புரிந்துகொள்வார்.'

வயந்தமாலைக்கு ஏமாற்றம்தான். ஆனால், இனிமேல் மாதவியின் மனத்தைத் தன்னால் மாற்றமுடியாது என்று புரிந்துகொண்டாள். பெருமூச்சுடன் வீடு திரும்பினாள்.

8. சுதமதியின் கதை

வயந்தமாலையை வழியனுப்பிவிட்டு உள்ளே திரும்பிய மாதவி, எதேச்சையாகத் தன் மகள் மணிமேகலையின் முகத்தைக் கவனித்தாள். அவளுடைய கண்கள் இரண்டிலும் கண்ணீர் நிற்காமல் வழிந்துகொண்டிருந்தது.

'மணிமேகலை, அழுகிறாயா என்ன?'

அவசரமாகக் கண்களைத் துடைத்துக்கொண்டாள் மணிமேகலை, 'இல்லை அம்மா!'

மாதவி தன் மகளுக்கு அருகே உட்கார்ந்தாள், 'என்னம்மா ஆச்சு? இந்த நேரத்தில் ஏன் அழுகை?'

பக்கத்தில் உட்கார்ந்திருந்த சுதமதி அவளுக்குப் பதில் சொன்னாள், 'அம்மா, நீங்கள் வயந்தமாலையிடம் பேசிக்கொண்டிருந்ததையெல்லாம் மணிமேகலையும் கேட்டாள். அவளுக்கு அப்பா, அம்மா ஞாபகம் வந்துவிட்டது. அவர்கள் அடைந்த துயரங்களையெல்லாம் நினைத்து அழுகிறாள்.'

அன்போடு மணிமேகலையின் தோள்களை வருடினாள் மாதவி, 'அசட்டுப் பெண்ணே, அதெல்லாம் பழைய

கதை, இப்போது அதை நினைக்கக்கூடாது' என்று அவளுடைய கண்ணீரைத் துடைத்தாள், 'இதோ பார், நீ தொடுத்துவைத்த பூமாலைகளெல்லாம் உன்னுடைய கண்ணீர் பட்டு வீணாகிவிட்டன. இனிமேல் இதை எப்படிப் பயன்படுத்தமுடியும்?'

மணிமேகலையின் சிந்தனையை மாற்றுவதற்காக, மாதவி அவளை வெளியே எங்கேயாவது அனுப்பிவைக்க நினைத்தாள், 'இந்த மலர்மாலைகளுக்குப் பதிலாகப் புது மாலைகளைத் தொடுக்கவேண்டும், அதற்காகாகத் தோட்டத்துக்குப் போய் நல்ல பூக்களாகப் பார்த்துப் பறித்துக் கொண்டு வா!'

மாதவி இப்படிச் சொன்னதும் சுதமதிக்கு அதிர்ச்சி, 'அம்மா, உங்கள் மகள் மணிமேகலையின் அழகைப் பார்த்தால் எப்பேர்ப்பட்ட ஆண்களும் செய்வதறியாது உறைந்துபோய் நின்றுவிடுவார்கள். அப்பேர்ப்பட்ட அழகியாகிய இவளை இந்த நேரத்தில் தனியாக வெளியே அனுப்புகிறீர்களா? வேண்டாம்!' என்று அலறினாள்.

'ஏன் சுதமதி? இவள் தனியாக வெளியே போனால் என்ன தவறு? யாராவது மணிமேகலையைப் பிடித்துத் தின்றுவிடுவார்களா?'

'கேலிப் பேச்சு வேண்டாம் அம்மா. என்னுடைய கதையைக் கேட்டால் நீங்கள் இப்படிப் பேசமாட்டீர்கள்' சுதமதியின் கண்களிலும் நீர் தாரைதாரையாகக் கொட்ட ஆரம்பித்திருந்தது.

'சுதமதி, உனக்கு என்ன ஆயிற்று? ஏன் இப்படியெல்லாம் பேசுகிறாய்? தயவுசெய்து உன்னுடைய கதையைச் சொல்' என்று கேட்டாள் மாதவி.

'அம்மா, நான் சண்பை என்ற ஊரைச் சேர்ந்தவள். என்னுடைய அப்பா பெயர் கௌசிகன்.'

'அப்பா என்னை ரொம்பப் பாசத்தோடு செல்லம் கொடுத்து வளர்த்தார். நானும் கவலை அறியாத பறவையாக, பயம் இல்லாத இளம்பெண்ணாக வளர்ந்தேன்.'

ஒருநாள், பூப்பறிப்பதற்காக நான் வெளியே சென்றிருந்தேன். அப்போது அந்த மலர்வனத்தில் என்னைத்தவிர வேறு யாரும் இல்லை.

அந்த நேரத்தில், இந்திரவிழாவைப் பார்ப்பதற்காக வந்த மாருதவேகன் என்பவன் அந்தத் தோட்டத்துக்கு வந்தான். என்னைப் பார்த்ததும் அப்படியே தூக்கிக்கொண்டு வானத்தில் பறந்துவிட்டான்.

சின்னப்பெண், என்னால் என்ன செய்யமுடியும்? அவனுடைய விருப்பத்துக்கு இணங்கினேன். என்னை வசப்படுத்தி நாசம் செய்த அவன், கடைசியாக என்னை இங்கே இறக்கிவிட்டு மறைந்துவிட்டான்!

சுதமதி தன்னுடைய கதையைச் சொல்லிவிட்டுக் கண்ணீரைத் துடைத்துக்கொண்டாள், 'அதனால்தான் சொல்கிறேன் அம்மா, தயவுசெய்து இந்த நேரத்தில் மணிமேகலையைத் தனியே எங்கும் அனுப்பாதீர்கள்.'

'ஆனால், இந்த மலர்மாலைகள் எல்லாம் இப்போது பாழாகிவிட்டதே. புது மாலைகள் கட்டுவதற்கு வேறு பூக்கள் வேண்டுமே!'

'அதனால் என்ன? நானும் அவளோடு துணைக்குப் போகிறேன்' என்றாள் சுதமதி, 'நாங்கள் இருவரும் தோட்டத்துக்குப் போய்ப் பூப்பறித்து வருகிறோம்.'

சுதமதி இப்படிச் சொன்னதும்தான் மாதவிக்கு நிம்மதி திரும்பியது. 'இருவரும் ஜாக்கிரதையாகப் போய்த் திரும்பிவாருங்கள்' என்று சொல்லி வழியனுப்பினாள்.

இப்போது மணிமேகலைக்கு ஒரு சந்தேகம், 'நாங்கள் எந்தத் தோட்டத்துக்குப் போய் பூப்பறிப்பது?'

'இதில் என்ன சந்தேகம்? நீயும் நானும் இப்போது உவ வனத்துக்குதான் போகவேண்டும்' என்றாள் சுதமதி.

‘ஏன் அப்படிச் சொல்கிறாய்? பூம்புகாரில் உய்யான வனம், சம்பாதி வனம், கவேர வனம் என்று வேறு பல மலர்த் தோட்டங்கள் இருக்கிறதே. அங்கெல்லாம் போனால் என்னவாம்?’

‘மணிமேகலை, நீ சொன்ன மற்ற எல்லாத் தோட்டங்களையும்விட மிகச் சிறந்த ஒரு பூஞ்சோலை உவ வனத்தில் இருக்கிறது. அங்கே ஓர் அற்புதமான பளிங்கு மண்டபமும் உண்டு. உனக்குத் தெரியுமா?’

‘பளிங்கு மண்டபமா?’ மணிமேகலையின் கண்கள் ஆவலில் பெரிதாக விரிந்தன, ‘நான் இதுவரை பார்த்ததில்லையே. அந்த மண்டபத்தில் என்ன சிறப்பு?’

‘எல்லாமே சிறப்புதான்!’ என்றாள் சுதமதி, ‘அதற்குள் உட்கார்ந்துகொண்டு நாம் என்ன பேசினாலும் வெளியே இருப்பவர்களுக்குக் கேட்காது.’

‘அட, நிஜமாகவா?’

‘ஆமாம் மணிமேகலை, அந்த மண்டபத்திற்குள் தாமரை வடிவத்தில் ஒரு பீடமும் இருக்கிறது. அந்தப் பீடத்தில் நாம் மலர் மொட்டுகளை வைத்து வணங்கினால், அவை உடனடியாகப் பூத்துவிடும்!’

‘நேரடியாகப் பூக்களையே வைத்து வணங்கினால்?’

‘அப்போது அந்தப் பூக்கள் என்றைக்கும் வாடாது. பல வருடங்கள் ஒளி குன்றாமல் மலர்ந்து நிற்கும். வண்டுகளும் அதை மொய்க்காது!’

‘அந்தப் பீடத்துக்கு வேறு என்னென்ன சிறப்புகள் உண்டு?’

‘நீ இப்போது ஒரு குறிப்பிட்ட தெய்வத்தை நினைத்துக்கொண்டு அந்தப் பீடத்தில் ஒரு மலரை வைத்தால், அந்த மலர் நேரடியாக அந்தத் தெய்வத்தின் காலடிக்குச் சென்று சேர்ந்துவிடும்!’

‘ஒருவேளை, நான் எந்தத் தெய்வத்தையும் நினைக்காவிட்டால்?’

‘அப்போது அந்த மலர் எங்கேயும் போகாது. அங்கேயே இருக்கும்’ என்றாள் சுதமதி, ‘இந்தப் பீடத்தை அமைத்தது மயன் என்கிற தெய்வச் சிற்பி. தெரியுமா?’

சுதமதி சொல்லச்சொல்ல மணிமேகலைக்கும் அந்த உவ வனத்தை, பளிங்கு அறையை, தாமரைப் பீடத்தைப் பார்க்கவேண்டும் என்கிற ஆசை பிறந்தது. ‘சீக்கிரம் வா போகலாம்’ என்று சுதமதியின் கையைப் பிடித்துக்கொண்டு தெருவில் இறங்கினாள்.

9. உவ வனம்

சுதமதியும் மணிமேகலையும் நடந்துசென்ற பூம்புகார் நகரத் தெருவில் விதவிதமான காட்சிகள் அரங்கேறிக்கொண்டிருந்தன.

ஒருபக்கம் நிர்வாணத் துறவி ஒருவர் நடந்துவந்துகொண்டிருந்தார். அவருடைய பாதையில் ஒரு குடிகாரன் எதிர்ப்பட்டான்.

துறவியைப் பார்த்தவுடன் குடிகாரனுக்கு உற்சாகம். தன் கையிலிருந்த மதுப் புட்டியை அவரிடம் நீட்டி 'முனிவரே, நீங்களும் கொஞ்சம் மது அருந்துங்கள்!' என்றான்.

'வேண்டாம் அப்பா!' என்று அமைதியாக மறுத்தார் முனிவர்.

'ஏன் முனிவரே? இந்த மது என்ன பாவம் செய்தது? ஒவ்வொரு நாளும் உடல் என்கிற இந்த அழுக்கு அறைக்குள் அடைந்து கிடக்கிற இந்த உயிருக்குப் புழுக்கமாக இருக்காதோ? அதிலிருந்து விடுபட்டுக் கொஞ்சம் ஆனந்தம் காண்பதற்கு இந்த மதுதான் ஒரே வழி' என்றான் அவன், 'இதைக் கொஞ்சம் குடித்துப்பாருங்கள். இந்த அற்புதமான மதுவைவிட உங்களுடைய தவம் பெரியதா என்று பார்த்துவிடலாம்!'

துறவிக்கும் குடிகாரனுக்கும் இடையிலான இந்தக் கூத்தைச் சிலர் வேடிக்கை பார்த்துக்கொண்டிருந்தார்கள். அப்போது இன்னொருபக்கம் கிழிந்த ஆடைகளோடு கண்டபடி உளறிக்கொண்டு ஒரு பித்தன் ஓடினான். அவனைப் பார்த்துச் சிலர் பரிதாபத்துடன் உச்சுக்கொட்டினார்கள்.

எதிர்த்திசையில் இருந்த கட்டடங்களின் மேல்பகுதியில் அற்புதமான பல ஓவியங்கள் தீட்டப்பட்டிருந்தன. அவற்றைக் கவனித்து ரசித்தபடி சிலர் நின்றார்கள்.

பக்கத்திலிருந்த முருகன் கோயிலில் சுவாமியை நன்றாக அலங்கரித்து பூஜை செய்துகொண்டிருந்தார்கள். அதைப் பார்ப்பதற்கும் ஒரு கூட்டம் நின்றது.

இத்தனை பரபரப்புக்கு நடுவிலும் சாலையில் அமைதியாக நடந்துசெல்கிற மணிமேகலையைப் பலர் கவனித்துவிட்டார்கள். 'யார் இந்தப் பேரழகி?' என்று அவளைச் சூழ்ந்துகொண்டார்கள். 'அன்னம்போல நடை, மயில்போன்ற தோற்றம், கிளிமாதிரி பேச்சு!' என்று வர்ணித்துப் புகழ்ந்தார்கள்.

அப்போதுதான், அவர்கள் மணிமேகலையின் ஆடைவகையைக் கவனித்தார்கள், 'இந்தப் பெண் துறவியா?' என்று ஆச்சர்யப்பட்டார்கள்.

'இத்தனை அழகான ஒரு பெண்ணை, இந்தச் சின்ன வயதில் துறவியாக மாற்றியது யார்? இவளுடைய அம்மா ரொம்பக் கொடுமைக்காரியாகத்தான் இருக்கவேண்டும்' என்று அவர்கள் பேசிக்கொள்வதைக் கேட்ட மணிமேகலைக்கு மிகவும் வேதனையாக இருந்தது.

சுதமதி அவளுடைய கையைப் பிடித்து இழுத்தாள், 'இவர்களுக்கெல்லாம் விளக்கம் சொல்லிக்கொண்டிருக்கமுடியாது. நாம் சீக்கிரமாக உவ வனம் போய்ச் சேரலாம் வா!'

அவர்கள் தொடர்ந்து நடந்தார்கள். சற்றுத்தொலைவில் விதவிதமான பூக்களின் மணம் பரவிவர, உவ வனம் அவர்களை வரவேற்றது.

இந்தப் பூஞ்சோலையில் இல்லாத மலர்களே இல்லை. தெரியுமா?’ என்றபடி ஆனந்தமாகக் கை வீசி நடந்தாள் சுதமதி, ‘குரவம், மரவம், குருந்து, கொன்றை, திலகம், வகுளம், வெட்சி, நாரத்தை, புன்னை, பிடவம், தளவம், தாழை, குடசம், வெதிரம், அசோகம், செருந்தி, வேங்கை, சண்பகம், இலவம், இன்னும் எத்தனையோ வகைப் பூக்களை இங்கே பார்க்கலாம், பறிக்கலாம்!’

அந்த உவ வனத்தில் பூக்கள் மட்டுமில்லை. மலர்களை மொய்க்க வந்த தும்பிகளும் வண்டுகளும் ஆனந்தமாகப் பாடிக்கொண்டிருந்தன. மரங்களில் குயில்கள் பாட, மயில்கள் ஆட, குரங்குகள் அதைப் பார்த்துக் கைதட்டிக்கொண்டிருந்தன.

வனத்தின் மத்தியில் ஓர் அழகிய குளம். தெளிவான நீர். அங்கே பூத்திருக்கும் தாமரைக்கு அருகே அன்னப்பறவைகள் கம்பீரமாக நீந்திக்கொண்டிருந்தன.

மணிமேகலையும் சுதமதியும் உவ வனத்தின் அழகைக் கண்களால் பருகிக்கொண்டிருந்தபோது, எங்கிருந்தோ ஒரு அலறல் சத்தம் கேட்டது.

உற்றுக்கவனித்தால், அது அலறல் இல்லை, பிளிறல்.

எங்கேயோ ஒரு யானை மதம் பிடித்துப் பிளிறுகிறது என்று புரிந்துகொண்டாள் மணிமேகலை. அவள் உடல் நடுங்க ஆரம்பித்தது.

‘பயப்படாதே மணிமேகலை. அந்த யானை எங்கோ தொலைதூரத்தில் இருக்கிறது. அதற்கும் நமக்கும் என்ன சம்பந்தம்?’ என்று மணிமேகலையைத் தேற்றினாள் சுதமதி.

அப்போது அவள் அறியாத விஷயம், கண்ணுக்குத் தெரியாத அந்த யானையால் மணிமேகலையின் வாழ்க்கையில் பல பெரிய திருப்பங்கள் நிகழவிருக்கின்றன. அதுவும் சீக்கிரமே!

10. அழகி இல்லை, பேரழகி!

அந்த யானையின் பெயர் ‘காலவேகம்’.

பெயருக்கு ஏற்ப அந்த யானை அதிவேகமாகத் தெருக்களில் பாய்ந்து ஓடிக்கொண்டிருந்தது. அதனுடைய கோபக் குரலுக்கு யாருக்கும் காரணம் புரியவில்லை. அது பாய்ந்து சென்ற பாதையில் எதிர்ப்பட்ட மனிதர்கள், பொருள்கள் எல்லாம் நசுங்கிக் கூழாகின.

மதம் பிடித்துப் பாய்கிற அந்த யானைக்குப் பின்னால் ஒரு பெரிய கூட்டமே ஓடிக்கொண்டிருந்தது. ஆனால் யாருக்கும் அதை எப்படி அடக்குவது என்று தெரியவில்லை.

இந்திரவிழாவினால் புகார் நகரம்முழுவதும் மக்கள் குவிந்திருந்த நேரம். இந்த யானையின் ஓட்டத்தைப் பார்த்துப் பலர் பயந்து நடுங்கினார்கள். அவர்களுடைய அலறல் சத்தம் ஊரையே பதறவைத்தது.

சற்றுத்தொலைவில் குதிரையில் சென்றுகொண்டிருந்த உதயகுமரன் அந்தக் குரலைக் கேட்டான். சட்டென்று குதிரையைத் திருப்பிச் சத்தம் வந்த திசையில் விரட்ட ஆரம்பித்தான்.

உதயகுமரன் பெரிய வீரன். சோழ அரசனின் மகன். பட்டத்து இளவரசன்.

ஆனால் அந்த யானை அவனைப் புழுவைப்போல் பார்த்தது. அவன்மீது பாய்ந்து மிதிக்க முயன்றது.

அப்போதும் உதயகுமரன் கலங்கவில்லை. குதிரையிலிருந்து தாவி இறங்கியவன் யானையின் பாய்ச்சலில் இருந்து தப்பித்து அதன் ஆவேசத்தை அடக்கும் முயற்சிகளில் இறங்கினான்.

சில நிமிடங்கள்தான். ஏதோ மந்திரம் போட்டதுபோல் அந்த யானை அடங்கிப்போனது. உதயகுமரன் ஓட்டுகிற தேருக்குப்பின்னால் ஒரு நாய்க்குட்டியைமாதிரி அமைதியாக நடக்க ஆரம்பித்தது.

இளவரசனின் வீரம் மற்றும் விவேகத்தைக் கண்டு எல்லோரும் மகிழ்ந்தார்கள். 'வாழ்க, வாழ்க' என்று கோஷம் எழுப்பினார்கள்.

உதயகுமரனுக்கு இந்தப் பாராட்டெல்லாம் பழகிப்போன விஷயம்தான். ஒருவிதமான கர்வத்தோடு அதை ஏற்றுக்கொண்டு குதிரைகளை விரட்டினான் அவன்.

அப்போது, எதேச்சையாக ஒரு வீட்டினுள் அவனுடைய பார்வை படர்ந்தது. அங்கே எட்டிகுமரன் என்பவன் தேனைக் குடித்தவன்போல் மயங்கிக் கிடந்தான்.

அதைப் பார்த்தவுடன் உதயகுமரன் அந்த வீட்டின் சாளரத்தை நெருங்கினான், 'இளைஞனே, உனக்கு என்ன ஆயிற்று?' என்று விசாரித்தான்.

எட்டிகுமரன் சட்டென்று மயக்கம் கலைந்து உதயகுமரனைப் பார்த்தான். 'இளவரசர் வாழ்க' என்று பணிவோடு வணங்கினான்.

'வாழ்த்து இருக்கட்டும். நீ ஏன் இப்படி மயங்கிக் கிடந்தாய்? அதை முதலில் சொல்!'

'இளவரசே, கொஞ்சநேரத்துக்குமுன்னால் இந்த வீதியில் மணிமேகலை என்கிற ஓர் இளம்பெண் நடந்துசென்றாள். அவளைப் பார்த்தவுடன் எனக்கு அவளுடைய தந்தை கோவலன் ஞாபகம் வந்தது, அவன் மனைவி கண்ணகியின் ஞாபகம் வந்தது, அவர்களுக்கு இழைக்கப்பட்ட கொடுமைகளை நினைத்துப்பார்த்தேன், வருத்தப்பட்டு விழுந்துவிட்டேன்!'

'மணிமேகலை' அந்தப் பெயரைச் சொல்லும்போதே உதயகுமரனுக்குள் ஏதோ உற்சாகம் பொங்கியது. அவன் ஏற்கெனவே அவளைப்பற்றி நிறையக் கேள்விப்பட்டிருந்தான். மணிமேகலையை மணந்துகொள்ளவேண்டும் என்றுகூட மனத்துக்குள் ஓர் ஆசை வைத்திருந்தான்.

இருந்தாலும், இங்கே அவளைத் தெரிந்ததுபோல் உதயகுமரன் காட்டிக்கொள்ளவில்லை. 'அவள் பெரிய அழகியா?' என்று அப்பாவியாக விசாரித்தான்.

'வெறும் அழகி இல்லை இளவரசே, பேரழகி!' என்றான் எட்டிகுமரன், 'இந்தப் பூம்புகாரில் அவள் அழகுக்கு இணை சொல்ல வேறு யாரும் இல்லை!'

'அப்படிப்பட்ட பெண் என்னுடைய அந்தப்புரத்தில் இருக்கவேண்டும்' என்றான் உதயகுமரன், 'இப்போது அவள் எங்கே இருப்பாள்?'

'அவளும் இன்னொரு பெண்ணும் இங்கேதான் உவ வனத்துக்குப் பூப்பறிக்கச் சென்றார்கள்.'

'அப்படியானால் நானும் அங்கே போகிறேன். அவளை என்னுடைய தேரில் ஏற்றிக்கொண்டுதான் திரும்பி வருவேன்!' என்றான் உதயகுமரன், உடனடியாக அவன் கடிவாளத்தைச் சொடுக்க, அவனுடைய குதிரைகள் உவ வனத்தை நோக்கிப் பறந்தன.

11. நிலையில்லாத உடம்பு

உதயகுமரனின் தேர் விரைந்துவருகிற ஓசையைக் கேட்டதும் மணிமேகலை நடுங்கினாள். 'இந்த நேரத்தில் யார் இங்கே வருகிறார்கள்?'

சுதமதிக்கும் ஆச்சர்யம்தான். பூஞ்சோலையின் வெளியே எட்டிப் பார்த்தாள். அதிர்ச்சியில் அப்படியே நின்றுவிட்டாள், 'உதயகுமரன்!'

'யார்? சோழ இளவரசனா?'

'ஆமாம்! அவனை உனக்குத் தெரியுமா மணிமேகலை?'

'தெரியும். ஆனால் நேருக்கு நேர் பார்த்தது கிடையாது' என்றாள் மணிமேகலை, 'ஆனால் அவனுக்கு என்மேல் ஆசை இருக்கிறது என்றுமட்டும் தெரிந்துகொண்டேன்!'

'அது எப்படி? பார்க்காமலே காதலா?'

'ஆமாம் சுதமதி. என் தாய் மாதவி ஒருநாள் தன்னுடைய தோழி வயந்தமாலையிடம் பேசிக்கொண்டிருந்தபோது நான் இந்த விஷயத்தைக் கேள்விப்பட்டேன். என்னுடைய

பாட்டி சித்திராபதி உதயகுமரனிடம் என்னைப்பற்றிச் சொல்லியிருக்கிறார். அதன்பிறகு அவன் எப்படியாவது என்னைப் பார்த்துவிடவேண்டும் என்று துடித்துக்கொண்டிருப்பதாகச் சொல்கிறார்கள்!'

'அது சரி, இப்போது அவன் இங்கே எதற்கு வருகிறான்? உன்னைப் பார்ப்பதற்குத்தானா?'

'தெரியவில்லையே!'

யோசனையோடு அக்கம்பக்கம் பார்த்த சுதமதியின் கண்களில் அந்தப் பளிங்கு மண்டபம் தென்பட்டது. உடனே அவள் முகத்தில் பிரகாசம், 'மணிமேகலை, சீக்கிரம், நீ அந்த மண்டபத்தினுள் ஒளிந்துகொள்!'

மணிமேகலை தயங்கினாள், 'சுதமதி, நீ?'

'உதயகுமரனுக்கு உன்மீதுதானே காதல்? என்னைப் பார்த்தால் அவன் ஒன்றும் செய்யமாட்டான். நீ கவலைப்படாமல் உள்ளே போ. மற்றதை நான் பார்த்துக்கொள்கிறேன்!'

மணிமேகலை அவசரமாக மண்டபத்தினுள் நுழைந்தாள். சுதமதி கதவை மூடிவிட்டு வெளியே நின்றாள்.

சரியாக அதே நேரம், உதயகுமரன் சோலையினுள் நுழைந்தான். அவனுடைய கண்கள் மணிமேகலையைத் தேடி அலைபாய்ந்தன. ஆனால் அங்கே சுதமதியைத்தவிர வேறு யாரும் இல்லை.

உதயகுமரன் அவளை நெருங்கிவந்தான். 'பெண்ணே நீ யார்? யாருமில்லாத நேரத்தில் இங்கே ஏன் தனியாக நிற்கிறாய்?' என்று விசாரித்தான்.

சுதமதி பதில் சொல்வதற்குள் உதயகுமரனுக்கு விஷயம் புரிந்துவிட்டது, 'நீ மணிமேகலையுடன் வந்தவள்தானே?'

'இளவரசே, நீதி நெறி தவறாமல் ஆட்சி நடத்திய சோழர் பரம்பரையில் வந்தவர் நீங்கள். உங்களுக்கு என்னைமாதிரி

ஒரு சின்னப் பெண் அறிவுரை சொல்லவேண்டிய அவசியம் இல்லை' என்றாள் சுதமதி, 'என்றாலும், என்னுடைய பேச்சைக் கொஞ்சம் கேளுங்கள்.

நாம் போன பிறவியில் செய்த பாவத்தின் பயனாகத்தான் இந்த உடம்பு வாய்த்திருக்கிறது. இப்போது இந்த உடம்பை வைத்துக்கொண்டு நல்லது செய்வதும் கெட்டது செய்வதும் முழுக்கமுழுக்க நம்முடைய கையில்தான் இருக்கிறது.

இந்த உடம்பு அழகானது என்று நீங்கள் நினைத்தால், அந்தக் கருத்தைத் தயவுசெய்து மாற்றிக்கொள்ளுங்கள். இந்த அழகு நிலையில்லாதது. இளமை போய் முதுமை வந்துவிட்டால் அத்தனை அழகும் அழிந்துபோய்விடும்!

ஆனால், இந்த நிலையில்லாத உடம்பைப் பராமரிக்கத்தான் எத்தனை அலங்காரங்கள், அழகுசாதனங்கள், நறுமணப் பூச்சுகள்! இதையெல்லாம் நீக்கிவிட்டால், இந்த உடம்பு எத்தனை கேவலமான நாற்றம் கொண்டது என்று புரியும்!

மனித உடம்பில் எத்தனையோ கொடிய நோய்கள் தங்குகின்றன, பல விஷயங்களின்மீது நாம் வைத்திருக்கிற ஆசைகளையெல்லாம் இந்த உடம்புக்குள்தான் பதுக்கிவைக்கிறோம். புற்றுக்குள் பாம்பு புகுவதுபோல் கோபம், வருத்தம், கவலை, துன்பத்தையெல்லாம் உள்ளே பூட்டிவைக்கிறோம்!

ஆகவே, அழியப்போகும் இந்த உடம்பின்மீது அநாவசிய ஆசை வேண்டாம். உள்ளத்தைப் பாருங்கள், தெளிவு பிறக்கும்' என்று சொல்லிமுடித்தாள் சுதமதி.

ஆனால் அவளுடைய நீளமான அறிவுரைகளை உதயகுமரன் கவனிக்கவே இல்லை. பளிங்கு மண்டபத்துக்குள் இருந்த மணிமேகலை அவன் கண்ணில் பட்டுவிட்டாள்.

12. மறக்கமுடியாது

மணிமேகலையை முதன்முறையாகப் பார்த்த உதயகுமரன், அப்படியே பேச்சில்லாமல் நின்றுவிட்டான்!

அவன் இதுவரை எத்தனையோ அழகிகளைப் பார்த்திருக்கிறான். ஆனால் அவர்கள் எல்லோருடைய சிறப்பு அம்சங்களைமட்டும் ஒன்றாகக் கூட்டி ஓவியம் எழுதினாற்போல் ஓர் இணையில்லாத எழிலுருவை இங்கேதான் பார்க்கிறான்.

முதலில், 'அது நிஜப் பெண் இல்லை. ஓர் அற்புதமான சிற்பம்' என்றுதான் உதயகுமரன் நினைத்துக்கொண்டிருந்தான். ஆனால் அவளுடைய தேகம் அசைவதைப் பார்த்தபிறகுதான் மணிமேகலையின் தோற்றம் அவனுடைய நெஞ்சமெல்லாம் சென்று நிறைந்தது.

'மணிமேகலை' என்று அழைத்தபடி அந்தப் பளிங்கு மண்டபத்தை நெருங்கினான் உதயகுமரன். பரபரவென்று அதன் வாசலைத் தேட ஆரம்பித்தான்.

அந்தப் பளிங்கு மண்டபத்தின் விசேஷம், எல்லாத் திசைகளிலும் பார்ப்பதற்கும் ஒரேமாதிரி இருக்கும். எங்கே வாசல், எங்கே கதவு என்று யாராலும் கண்டுபிடிக்கமுடியாது.

சிறிது நேரம் அந்த மண்டபத்தைச் சுற்றிவந்த உதயகுமரன் மிகவும் குழப்பம் அடைந்தான். கைவிரல்களால் சுவர்களைத் தட்டித்தட்டிப் பார்த்தான். பலன் இல்லை.

கடைசியாக அவன் மீண்டும் சுதமதியிடம் வந்தான் 'பெண்ணே, இந்த மண்டபத்தின் வாசல் எங்கே? சீக்கிரம் சொல்' என்று ஆணையிட்டான்.

சுதமதி அவனுக்கு உதவ மறுத்துவிட்டாள், 'இளவரசரே, தயவுசெய்து உங்களுடைய நேரத்தை வீணடிக்காதீர்கள். மணிமேகலை உங்களுக்குக் கிடைக்கமாட்டாள்!' என்றாள்.

'ஏன்? எனக்கு என்ன குறை? நான் அவளுக்கு இணையான அழகன் இல்லையா?'

'நீங்கள் மட்டுமில்லை. இன்னும் சிறப்பான பேரரசர்கள் எல்லோரும் திரண்டுவந்தால்கூட, மணிமேகலை யாரையும் மணக்கமாட்டாள். ஏனெனில், அவள் தவ ஒழுக்கத்தை ஏற்றுக்கொண்டுவிட்டாள்!'

சுதமதி சொன்னதைக் கேட்ட உதயகுமரன் அதிர்ந்துபோனான். 'நிஜமாகவா சொல்கிறாய்?'

'ஆமாம் இளவரசே. உங்கள் தகுதிக்குச் சிறந்த பெண்கள் பலர் கிடைப்பார்கள். தயவுசெய்து இந்த மணிமேகலையை மறந்துவிடுங்கள். அதுதான் எல்லோருக்கும் நல்லது!'

உதயகுமரன் சிறிது நேரம் மௌனமாக இருந்தான். பிறகு தலையை உலுக்கிக்கொண்டு 'இந்தப் பேரழகியை என்னால் மறக்கமுடியாது' என்றான்.

'இளவரசே, அவள் அழகி இல்லை, துறவி!'

'இருக்கட்டுமே. அதனால் என்ன? அவளுடைய துறவறத்தால் என்னுடைய காதலைத் தடுத்து நிறுத்தமுடியாது!' என்று சொன்ன உதயகுமரனை வியப்போடு பார்த்தாள் சுதமதி.

இப்போது உதயகுமரன் சுதமதியைக் கூர்ந்து கவனித்தான், 'நீ மாருதவேகன் என்பவனால் கடத்திச் செல்லப்பட்ட பெண்தானே?'

'ஆமாம்!'

'உன்னைப்பற்றி நான் கேள்விப்பட்டிருக்கிறேன். அந்த மாருதவேகன் உன்னை ஒரு சமணப் பள்ளியில்தானே விட்டுச்சென்றான்? பிறகு எப்படி நீ இந்தத் புத்தத் துறவிகள் மடத்துக்கு வந்தாய்? அந்தக் கதையைக் கொஞ்சம் சொல்!'

சுதமதி சொல்ல ஆரம்பித்தாள்.

13. முனிவரின் உதவி

'இளவரசே, என் தந்தை கௌசிகனுக்கு என்னைவிட்டால் வேறு யாரும் இல்லை. தாயில்லாத மகள் என்று பாசத்தை ஊட்டி வளர்த்தார்.'

'திடீரென்று ஒருநாள், நான் காணாமல்போனதும் அவர் பதறிப்போய்விட்டார். என்னைத் தேடி அங்கும் இங்கும் அலைந்து திரிந்திருக்கிறார். யார் யாரிடமோ விசாரித்திருக்கிறார். ஒரு தகவலும் கிடைக்கவில்லை.'

'வேதனையில் நொந்துபோன என் தந்தை, எனக்கு என்ன ஆனதோ என்று நினைத்து நினைத்துக் கதறி அழுதிருக்கிறார். ஊர் ஊராகச் சுற்றிவந்திருக்கிறார்.'

'கடைசியாக, அவர் இந்தப் பூம்புகார் நகருக்கு வந்தார். மாருத வேகனால் கைவிடப்பட்டுத் துவண்டுகிடந்த என்னைப் பார்த்துவிட்டார். அவருடைய விழிகளில் தாரைதாரையாகக் கண்ணீர் வழிந்தது.'

இந்தக் கதையைச் சொல்லும்போதே, சுதமதியும் விம்மி அழ ஆரம்பித்திருந்தாள். விசும்பலுக்கு நடுவே அந்தப் பழைய நினைவுகள் அவளுக்குள் காட்சியாக விரிந்தன.

'மகளே, உனக்கு என்ன ஆனது? நீ எங்கே போனாய்? உன்னை யார் என்ன செய்தார்கள்? நீ எப்படி இங்கே வந்தாய்?' கௌசிகன் பதற்றத்தோடு கேள்விகளை அடுக்கியபோதும், சுதமதியிடமிருந்து எந்தப் பதிலும் வரவில்லை. அவளால் பேசமுடியவில்லை. வெட்கத்தில் அவள் உடல் கூனிக் குறுகியது.

கடைசியாக, கௌசிகன் நடந்ததை ஊகித்துப் புரிந்துகொண்டார், 'சரி, நடந்தது நடந்துவிட்டது. வாம்மா போகலாம்' என்று அழைத்தார்.

'இல்லை அப்பா, நீங்கள் கிளம்புங்கள், நான் உங்களோடு வரவில்லை' என்றாள் சுதமதி.

'ஏன் அம்மா? என்ன ஆயிற்று? என்னோடு வருவதில் உனக்கு என்ன தயக்கம்?'

'அப்பா, நீங்கள் மிகவும் ஒழுக்கமாக வாழ்கிற மனிதர். உங்களுக்கு மகளாகப் பிறந்தது என் பாக்கியம். ஆனால் இப்போது, நான் கறைபட்டவளாகிவிட்டேன். உங்களோடு வருகிற தகுதி எனக்கு இல்லை.'

'ஐயோ, அப்படிச் சொல்லாதே சுதமதி' அவசரமாக அவளுடைய வாயைப் பொத்தினார் கௌசிகன், 'நீ எப்போதும் என்னுடைய மகள்தான். யாரோ செய்த தவறுக்கு நீ ஏன் தண்டனை அனுபவிக்கவேண்டும்?'

'இல்லை அப்பா, நீங்கள் ஆயிரம்தான் சமாதானம் சொன்னாலும் என் மனம் ஏற்கவில்லை' என்றாள் சுதமதி, 'நான் உங்களுடன் வரமுடியாது, வரக்கூடாது!'

சுதமதி இப்படிச் சொன்னதும் கௌசிகன் இன்னும் வருத்தமுற்றார். மகளைப் பிரிந்து செல்ல அவருக்கு மனம் வரவில்லை.

ஆகவே, அவரும் இதே பூம்புகார் நகரில் தங்கிவிட்டார். அக்கம்பக்கத்தில் பிச்சை கேட்டுக் கிடைப்பதைச் சாப்பிட்டார்.

எவ்வளவுதான் கஷ்டப்பட்டாலும், தன்னுடைய மகளைக் கண்ணெதிரே பார்த்தபடி வாழ்கிற சந்தோஷம் அவருக்குப் போதுமானதாக இருந்தது.

ஒருநாள், கௌசிகன் அமைதியாகத் தெருவில் நடந்து சென்றுகொண்டிருந்த நேரம். மாடு ஒன்று அவர்மீது பாய்ந்து முட்டிவிட்டது. பெரிய காயம். ரத்தம் கொட்டியது.

வலியில் துடித்த கௌசிகன் தன் மகளைத் தேடி வந்தார். அவள் தஞ்சம் புகுந்திருந்த சமணப் பள்ளிக்குள் நுழைந்தார். ரத்தம் சொட்டச்சொட்ட உள்ளே வரும் கௌசிகனைப் பார்த்துச் சுதமதி பதறிப்போனாள், 'அப்பா, உங்களுக்கு என்ன ஆச்சு?' என்று துடித்தாள்.

கௌசிகனால் பதில் சொல்லக்கூட முடியவில்லை. கொஞ்சம் கொஞ்சமாக அவருக்கு மயக்கம் வந்துகொண்டிருந்தது.

அவசரமாக அந்தச் சமணப் பள்ளியில் இருந்த துறவிகளிடம் ஓடினாள் சுதமதி, 'ஐயா, என் தந்தைக்கு ஏதோ விபத்து நேர்ந்துவிட்டது, தயவுசெய்து நீங்கள்தான் மருத்துவம் பார்த்து அவரைக் காப்பாற்றவேண்டும்!'

ஆனால், அவள் எவ்வளவுதான் கதறியபோதும், அந்தச் சமணர்கள் கொஞ்சம்கூட இரக்கம் காட்டவில்லை. கௌசிகனையும் சுதமதியையும் அங்கிருந்து வெளியே துரத்திவிட்டார்கள்.

சுதமதியின் தோளில் சாய்ந்தபடி தட்டுத்தடுமாறி நடந்தார் கௌசிகன். நிமிடத்துக்கு நிமிடம் அவருடைய உடம்பில் பலம் குறைந்துகொண்டிருந்தது. எந்த நேரத்திலும் சுருண்டு விழுந்துவிடுவார் என்கிற நிலைமை.

அப்பாவின் துயரத்தைப் பார்த்த சுதமதி கதறி அழுதாள், 'யாராவது எங்களைக் காப்பாற்றமாட்டீர்களா?' என்று சத்தமாக இறைஞ்சினாள். யாரும் அவர்களுக்கு உதவ முன்வரவில்லை. அப்போது, ஒரு புத்த முனிவர் எதிரில் வந்தார். அவர்

பெயர் சங்க தருமன். அந்த முனிவர் ஒரு மஞ்சள் ஆடையை அணிந்திருந்தார், அவருடைய கைகளில் ஒரு பிச்சைப்பாத்திரம், முகத்தில் கருணை, வார்த்தைகளில் அளவற்றுச் சுரக்கும் அன்பு.

'பெண்ணே, நீ யார்? என்ன ஆயிற்று? ஏன் இப்படி அழுதுகொண்டிருக்கிறாய்?'

வேதனையில் பதறித் துடித்துக்கொண்டிருந்த சுதமதியால் சரியாகப் பேசக்கூட முடியவில்லை. கௌசிகனின் நிலைமையைப் பார்த்துப் புரிந்துகொண்ட அந்த முனிவர் சட்டென்று அவரைத் தூக்கினார், அருகில் இருந்த புத்த மடத்தை நோக்கி வேகமாக ஓடினார்.

உடனடியாக, கௌசிகனுக்குச் சிகிச்சை அளிக்கப்பட்டது. சில நாள்களில் அவருடைய காயங்கள் நீங்கின. உயிர் பிழைத்துவிட்டார்.

'அந்தச் சங்க தருமன்தான் எங்களுக்குப் புத்தரைப்பற்றிச் சொல்லிக்கொடுத்தார்' என்றாள் சுதமதி, 'புத்தரின் வாழ்க்கையையும் போதனைகளையும் புரிந்துகொண்ட நாங்கள், அவருடைய மார்க்கத்திலேயே கலந்துவிட்டோம், அதன்பிறகு நானும் இந்தப் புத்த மடத்திலேயே வாழ்ந்துகொண்டிருக்கிறேன்.'

அதுவரை சுதமதியின் கதையைக் கேட்டுக்கொண்டிருந்த உதயகுமரன் இப்போது மீண்டும் பளிங்கு மண்டபத்தை நோக்கினான். மணிமேகலையை நினைத்து ஓர் ஏக்கப் பெருமூச்சுவிட்டான்.

அப்போதுதான், அவனுக்கு ஒரு நல்ல யோசனை தோன்றியது. 'சித்திராபதியின் பேத்திதானே இந்த மணிமேகலை? அந்தச் சித்திராபதியின்மூலம் முயற்சி செய்தால் அவளைச் சுலபமாக அடைந்துவிடலாமே!'

இந்த எண்ணம் தோன்றியபிறகு, உதயகுமரன் முகத்தில் ஒரு நிம்மதிப் புன்னகை தோன்றியது. சரேலென்று அங்கிருந்து புறப்பட்டுவிட்டான்.

14. இன்னொரு வழி

உதயகுமரன் கிளம்பிச் சென்று சிறிதுநேரம் கழித்து, பளிங்கு மண்டபத்தின் கதவு திறந்தது. மணிமேகலை வெளியில் வந்தாள்.

'என்ன ஆயிற்று சுதமதி? அவர் எதற்காக இங்கே வந்தார்?'

'உன்னைப் பார்க்கத்தான் வந்தார்!' என்றாள் சுதமதி, 'நீ பளிங்கு மண்டபத்துக்குள் ஒளிந்திருப்பதை அவர் எப்படியோ பார்த்துவிட்டார்.'

'அதன்பிறகு? போய்விட்டாரா?' மணிமேகலையின் குரலில் லேசான ஏக்கம்.

'என்னடி? நீ கேட்பதைப்பார்த்தால் உனக்கும் அவர்மீது ஏதோ நேசம் இருப்பதுபோல் தோன்றுகிறதே?'

மணிமேகலை எதுவும் பேசாமல் தலைகுனிந்துகொண்டாள், 'என்னையும் அறியாமல் என் மனம் அவன்பின்னால் செல்கிறதே, இதுதான் காதலா? என்னுடைய துறவு மனத்திலும் இந்தக் காதல் நுழைந்துவிட்டதே? ஏன்? எப்படி?'

இவர்கள் இருவரும் இப்படிப் பேசிக்கொண்டிருந்த நேரம், அந்தப் பளிங்கு மண்டபத்தின் உள்ளே ஒரு பெண் உருவம் தோன்றியது.

யார் அந்தப் பெண்?

மணிமேகலா தெய்வம்தான். பூம்புகார் நகரத்து இந்திர விழாவின் சிறப்பைப் பார்ப்பதற்காக இப்படி மனித உருவெடுத்து மண்ணுக்கு வந்திருந்தது!

அந்த மணிமேகலா பெண் பளிங்கு மண்டபத்தினுள் இருந்த புத்த பீடத்தைச் சுற்றி வந்து வணங்கியது. பலவிதமான பாராட்டுச் சொற்களால் புத்தரைப் போற்றியது. பின்னர் அப்படியே வானில் உயர்ந்து சென்று புகார் நகரத்தின் அழகைப் பார்வையிட ஆரம்பித்தது.

பூம்புகார் பெண் அன்றைக்கு வழக்கத்தைவிட அழகாகத் தோற்றமளித்தாள். நல்ல நீர், பல வண்ண மலர்கள், பறவைகள் நிறைந்த அகழி, அதற்குள் கம்பீரமான மதில் சுவர், மதில் வாசலின் இருபக்கமும் பெரிய தோரணக் கம்பங்கள், அதனுள் கோயில்கள், ஒவ்வொரு வீதியிலும் விதவிதமான அலங்காரங்கள், திருவிழாக் கோலம், எங்கு பார்த்தாலும் எழிலின் ஆட்சி.

நகரை ரசித்துமுடித்தபிறகு, மணிமேகலா தெய்வம் மீண்டும் உவ வனத்துக்குள் இறங்கியது. அங்கே நின்றிருந்த சுதமதி, மணிமேகலையின்முன் வந்து தோன்றியது.

'பெண்களே, நீங்கள் யார்? இந்த நேரத்தில் ஏன் இங்கே தனியாக நின்றுகொண்டிருக்கிறீர்கள்? உங்கள் முகத்தில் ஏதோ கவலை தெரிகிறதே, என்ன விஷயம்?'

சுதமதிதான் முதலில் பேச ஆரம்பித்தாள், 'இவள் என்னுடைய தோழி மாதவியின் மகள், பெயர் மணிமேகலை, உதயகுமரன் என்ற இளவரசனுக்கு இவள்மேல் காதல்.'

'அதற்கும் நீங்கள் இப்படிக் கவலைப்பட்டுக்கொண்டு நிற்பதற்கும் என்ன சம்பந்தம்?'

'மணிமேகலை துறவறம் பூண்டவள். ஆனால் உதயகுமரனோ அதைப் புரிந்துகொள்ள மறுக்கிறான். எப்படியாவது இவளை மணக்கவேண்டும் என்று பிடிவாதமாக நிற்கிறான். அடுத்து என்ன நடக்குமோ என்று நினைத்தால் எங்களுக்குப் பயமாக இருக்கிறது!'

மணிமேகலா தெய்வம் சிரித்தது, 'உங்கள் இளவரசனுக்கு மணிமேகலைமீது உள்ள ஆசை அளவிடமுடியாதது. யார் என்ன சொன்னாலும் அவன் அதைக் குறைத்துக்கொள்ளமாட்டான்!'

'இந்த இடம் பெரிய தவ முனிவர்களுக்குச் சொந்தமானது என்பதால்தான் இங்கே எந்தக் கலாட்டாவும் செய்யாமல் அவன் கிளம்பிப் போயிருக்கிறான். நீங்கள் இப்போது வீதியில் இறங்கினால் அவன் மறுபடியும் வருவான், மணிமேகலையைக் கவர்ந்து செல்ல முயற்சி செய்வான்.'

மணிமேகலா தெய்வம் இப்படிச் சொன்னதும், பயத்தில் மணிமேகலையின் உடல் நடுங்கியது, 'இப்போது நாங்கள் என்ன செய்வது?'

'கவலைப்படவேண்டாம். இந்த உவ வனத்திலிருந்து வெளியே செல்வதற்கு இன்னொரு வழி இருக்கிறது. நான் அதை உங்களுக்குச் சொல்லித்தருகிறேன்.'

'அது எந்த வழி?'

'இந்தச் சோலையைச் சுற்றியுள்ள மதில் சுவரின் வழியாக நடந்துசெல்லுங்கள். மேற்குப் பக்கத்தில் ஒரு சிறிய வாசல் இருக்கும். அதனுள் நுழைந்து சென்றால் சக்கரவாளக் கோட்டம் வரும்!'

'சக்கரவாளக் கோட்டமா?' சுதமதி அதிர்ச்சியடைந்தாள், 'அதை எல்லோரும் சுடுகாட்டுக் கோட்டம் என்றுதானே சொல்வார்கள்?'

'ஆமாம்!'

'சக்கரவாளக் கோட்டத்துக்குச் சுடுகாட்டுக் கோட்டம் என்கிற பெயர் எப்படி வந்தது? அதைக் கொஞ்சம் சொல்லுங்களேன்!'

சுதமதி ஆவலுடன் கேட்க, மணிமேகலா தெய்வம் விளக்கமாகக் கதை சொல்ல ஆரம்பித்தது.

15. கோதமையின் துயரம்

உவ வனத்துக்குப் பக்கத்தில் பிணங்களை எரிக்கிற சுடுகாடு இருக்கிறது.

அந்தச் சுடுகாட்டில் எந்நேரமும் பேய்கள் உலவிக்கொண்டிருக்கும். ஆகவே பலர் அந்தப் பக்கம் போகப் பயப்படுவார்கள்.

அதையும் மீறி உள்ளே நுழைகிறவர்கள் அங்குள்ள பூத வடிவ வாயில்கள், துர்க்கை கோயில், பலி பீடம், சமாதிகள், வெட்டியான்கள், எந்நேரமும் எரிந்துகொண்டிருக்கிற நெருப்பு, குடும்பத்தினரின் அழுகைக் குரல்கள், நரி, ஆந்தை, கோட்டான் போன்றவற்றின் ஒலி, பாழடைந்த சூழல் போன்றவற்றையெல்லாம் பார்த்துக் கலங்கிவிடுவது நிச்சயம்.

சுடுகாடு என்பது சமரசத்தைப் போதிக்கும் ஓர் இடம். அங்கே எல்லாவிதமான மனிதர்களும் இறந்து கிடக்கிறார்கள். முனிவர்கள், பணக்காரர்கள், குழந்தைகள், ஆண்கள், பெண்கள், முதியவர்கள், இளைஞர்கள் என்று வித்தியாசம் பார்க்காமல் கொன்று குவித்திருக்கிறான் எமதர்மன்.

'ஆனால், இதையெல்லாம் பார்த்தபிறகாவது நம் மக்கள் திருந்துகிறார்களா?' என்றது மணிமேகலா தெய்வம்,

'கள்ளை அருந்தி ஒழுக்கமில்லாத வேலைகளைச் செய்தபடி கிடக்கிறார்கள். இவர்களைவிடப் பெரிய முட்டாள்கள் உண்டா?'

முன்பு ஒருநாள், சார்ங்கலன் என்ற சிறுவன் தெரியாமல் இந்தச் சுடுகாட்டுக்குள் தனியே நுழைந்துவிட்டான். அங்கிருந்த காட்சிகளைப் பார்த்துப் பயந்து நடுங்கினான், 'அம்மா, அம்மா' என்று கதறி அழுதான், அப்படியே கீழே விழுந்து இறந்துவிட்டான்.

சார்ங்கலனின் தாய் பெயர் கோதமை. அவள் தன்னுடைய மகன் இறந்த செய்தி கேள்விப்பட்டதும் துடித்துப்போனாள். அவன் பிணத்தைக் கையில் ஏந்திக்கொண்டு ஓலமிட்டாள், 'இந்த ஊரைக் காப்பாற்றும் சம்பாபதி தெய்வமே, நான் என்ன தவறு செய்தேன்? என்னை ஏன் இப்படித் தண்டிக்கிறாய்?'

'என்னுடைய கணவர் பார்வை இழந்தவர், அவருக்குப்பிறகு இந்த மகன்தான் என் வாழ்க்கைக்கு ஒரே ஆதாரமாக இருந்தான். இப்போது அவனையும் யாரோ என்னிடமிருந்து பறித்துவிட்டார்கள். இது நியாயமா?'

மறுநிமிடம், சம்பாபதி தெய்வம் அவள்முன்னே தோன்றியது, 'பெண்ணே, பேய்கள் நடமாடும் இந்தச் சுடுகாட்டில் நீ ஏன் தனியாக அழுதுகொண்டிருக்கிறாய்? உனக்கு என்ன பிரச்னை?' என்று அன்போடு விசாரித்தது.

கோதமை தன் மகனின் பிணத்தைச் சுட்டிக்காட்டி மேலும் அழுதாள், 'என் மகன் சார்ங்கலன், அறியாச் சிறுவன், தெரியாமல் சுடுகாட்டு வழியே போனான், யாரோ அவனைக் கொன்றுவிட்டார்கள்.'

சம்பாபதி தெய்வம் அவளுக்கு ஆறுதல் சொன்னது, 'பெண்ணே, யார் உயிரையும் யாரும் திட்டமிட்டுப் பறிப்பது கிடையாது. உன் மகன் பழைய பிறவியில் செய்த வினைதான் இப்போது அவனைக் கொன்றுவிட்டது. நீ இதை நினைத்துக் கலங்குவது சரியில்லை!'

'நான் எப்படிக் கலங்காமல் இருக்கமுடியும்? கண்ணில்லாத என் கணவரைக் கஷ்டப்பட்டுக் காப்பாற்றிக்கொண்டிருக்கும் எனக்கு இப்படி ஒரு துயரம் தேவையா? தயவுசெய்து நீ என் உயிரை எடுத்துக்கொள், என் மகன் சார்ங்கலனை உயிரோடு கொடுத்துவிடு.'

கோதமையின் கதறலைப் பார்த்துச் சம்பாபதி தெய்வத்துக்கு மனம் இரங்கியது. ஆனால், ஒருவர் உயிரை எடுத்து இன்னொருவருக்குக் கொடுப்பது சாத்தியமில்லையே!

'பெண்ணே, ஓர் உயிர் தன்னுடைய உடலை விட்டுப் பிரிந்து விட்டால் என்ன ஆகும் தெரியுமா? வாழ்நாளில் அது செய்த நல்லது, கெட்டதுக்கு ஏற்ப வேறொரு பிறவி எடுத்துவிடும். அப்படி இன்னோர் இடத்தில் சென்று பிறக்கப்போகும் உன் மகன் உயிரை இங்கே திரும்பக் கொண்டுவருவது முடியாது.'

'அதெல்லாம் எனக்குத் தெரியாது. என் மகன் உயிரோடு திரும்பவேண்டும். அவ்வளவுதான்!' கோதமை பிடிவாதமாக நின்றாள்.

சம்பாபதி தெய்வம் சிரித்தது, 'பெண்ணே, இந்தச் சுடுகாட்டில் எத்தனை அரசர்கள் இறந்து கிடக்கிறார்கள் தெரியுமா? அவர்களுக்கெல்லாம் உயிர் தருவதற்கு ஆளா இல்லை? யோசித்துப்பார்!'

கோதமை அசட்டுப் பெண் இல்லை. அவள் தைரியமாகத் தன் கருத்துக்கு வலுச்சேர்க்கும் உதாரணங்களை அடுக்கிப் பேசினாள், 'வேதம் என்ன சொல்கிறது? தெய்வங்கள் வரம் தரும் என்று அடித்துப் பேசுகிறது. நீ என் மகனுக்கு உயிர் வரம் தரவேண்டும், இல்லாவிட்டால் நான் இங்கேயே இறந்துவிடுவேன்.'

'பெண்ணே, நீ சொல்வது சரிதானா என்று பார்த்துவிடலாம்' என்றது சம்பாபதி தெய்வம், 'இறைவனையும், தேவர்களையும், மற்ற பெரிய சக்திகளையும் இங்கே அழைக்கிறேன். அவர்களில் யாராவது உன் மகனை உயிர்ப்பிக்கமுடியுமா என்று பார்க்கலாம்.'

மறுவிநாடி, சூரியன், சந்திரன், மற்ற தெய்வங்கள், தேவர்கள், அசுரர்கள், நரகர்கள் எல்லோரும் கோதமைமுன்னால் தோன்றினார்கள். அவளுடைய துயரத்தை அவர்களுக்கு விளக்கிச் சொன்னது சம்பாபதி தெய்வம், 'இப்போது சொல்லுங்கள், இவர்களுக்கு நீங்கள் உதவமுடியுமா?'

'நிச்சயமாக முடியாது' ஒரே குரலில் பதில் வந்தது, 'போன உயிர் போனதுதான். அதை யாராலும் மீட்டுக் கொண்டுவரமுடியாது!'

தெய்வங்களே இப்படிச் சொன்னபிறகு கோதமையால் என்ன செய்யமுடியும்? அவள் எப்படியோ மனத்தைத் தேற்றிக்கொண்டாள். கண்ணீரைத் துடைத்துக்கொண்டு தன் மகனுக்கான இறுதிச் சடங்குகளைச் செய்ய ஆரம்பித்தாள்.

'அப்படிப்பட்ட அந்தச் சுடுகாட்டின் மதில் அருகே தெய்வச் சிற்பியால் செய்யப்பட்ட சக்கரவாளக் கோட்டம் உள்ளது' என்றது மணிமேகலா தெய்வம். 'அதனால்தான் எல்லோரும் அதைச் 'சுடுகாட்டுக் கோட்டம்' என்றே அழைக்கிறார்கள்!'

மணிமேகலா தெய்வம் இந்தக் கதையைச் சொல்லி முடிப்பதற்குள் நள்ளிரவு தாண்டி நெடுநேரமாகிவிட்டது. சுதமதியும் மணிமேகலையும் அயர்ந்து தூங்க ஆரம்பித்திருந்தார்கள்.

இப்போது மணிமேகலா தெய்வம் மணிமேகலையை மெல்லத் தூக்கியது. வானில் தெற்கு நோக்கிப் பறந்தது.

16. ஏழு நாளில் வருவாள்

மணிமேகலா தெய்வம் விண்ணிலிருந்து இறங்கிய இடம், மணிபல்லவம் என்கிற தீவு.

அயர்ந்து தூங்கிக்கொண்டிருந்த மணிமேகலையை அங்கேயே கீழே படுக்கச்செய்தது மணிமேகலா தெய்வம். பின்னர் மீண்டும் விண்ணில் பறந்து புகார் நகரத்துக்குத் திரும்பியது.

அங்கே அரண்மனையில் இளவரசன் உதயகுமரன் அந்த நேரத்திலும் தூங்காமல் விழித்திருந்தான். அவனுடைய கண்களில் மணிமேகலையின் அழகுப் பிம்பம்தான் திரும்பத் திரும்பத் தோன்றிக்கொண்டிருந்தது. அவனால் தூங்கமுடியவில்லை.

'நாளைக் காலை, நான் சித்திராபதியைச் சந்திப்பேன், மணிமேகலைமீது எனக்குள்ள ஆசையைச் சொல்வேன், அதன்பிறகு, அவள் எனக்குதான்!' ஆனந்த பரவசத்தில் உதயகுமரன் கண்டபடி பிதற்றிக்கொண்டிருந்தான்.

இதைப் பார்த்த மணிமேகலா தெய்வம் நேராக அவன்முன்னால் வந்து தோன்றியது, 'இளவரசனே, நான் உனக்குச் சில முக்கியமான செய்திகள் சொல்லவேண்டும்!' என்றது.

'அரசன் தப்பு செய்தால் நாட்டில் மழை பெய்யாது, எங்கு பார்த்தாலும் வறட்சி, பஞ்சம் என்று மக்கள் துன்பப்படுவார்கள். மனிதர்கள், மிருகங்கள், செடிகொடிகளெல்லாம் உயிர் வாழாமல் இறந்து விழும். நாடே நாசமாகிவிடும்!'

'உதயகுமரா, நீ ஓர் இளவரசன், நாளைக்கு இந்த நாட்டை ஆளப்போகிறவன், இந்த ஒழுக்க நெறிமுறைகளெல்லாம் உனக்கும் பொருந்தும். அப்படிப்பட்ட நீ தப்பு செய்யலாமா?'

மணிமேகலா தெய்வம் இப்படிச் சொன்னதும் உதயகுமரனுக்குக் குழப்பம், 'தாயே, எனக்கு ஒன்றும் விளங்கவில்லை, நான் என்ன தப்பு செய்தேன்?' என்று கேட்டான்.

'துறவறத்தை ஏற்றுக்கொண்டுள்ள மணிமேகலையின்மீது நீ ஆசைப்படுகிறாயே, அது குற்றமில்லையா?' என்றது மணிமேகலா தெய்வம், 'இந்த வீண் ஆசையை விட்டுவிடு, இல்லாவிட்டால் அது உனக்கும் உன் நாட்டுக்கும் பெரிய ஆபத்தாக வந்து முடியும்.'

உதயகுமரனுக்கு இப்படி அறிவுரை சொன்னபிறகு, மணிமேகலா தெய்வம் மீண்டும் வானத்தில் ஏறியது. உவ வனத்தை நோக்கிப் பறந்தது.

அங்கே சுதமதி இன்னும் நன்றாகத் தூங்கிக்கொண்டிருந்தாள். அவளைத் தட்டி எழுப்பியது மணிமேகலா தெய்வம்.

துயில் எழுந்த சுதமதி, பக்கத்தில் மணிமேகலையைத் தேடினாள். அவளைக் காணவில்லை. பதறினாள்.

'பயப்படாதே சுதமதி, உன் தோழி மகள் பத்திரமாக இருக்கிறாள்!'

'எங்கே?'

'நான் அவளை மணிபல்லவம் என்ற தீவுக்குக் கொண்டு சென்றுள்ளேன். அங்கே அவளுக்கு ஒரு குறையும் வராது, பயப்படவேண்டாம்!'

'அப்படியானால், மணிமேகலை மறுபடி இங்கே வரமாட்டாளா?'

'வருவாள்' என்றது மணிமேகலா தெய்வம், 'இன்னும் ஏழு நாள் கழித்து அவள் மீண்டும் பூம்புகாரில் தோன்றுவாள். இது நிச்சயம்!'

மணிமேகலா தெய்வம் எவ்வளவுதான் சமாதானம் சொன்னபோதும் சுதமதியின் மனம் பதறித் துடித்தது, 'மணிமேகலை ஏன் மணிபல்லவத் தீவுக்குச் செல்லவேண்டும்?' என்று கேட்டாள்.

'மணிமேகலை தன்னுடைய முற்பிறவியைப்பற்றித் தெரிந்துகொள்ளவேண்டும். அதற்காகத்தான் நான் அவளை மணிபல்லவத்திற்குக் கொண்டுசென்றிருக்கிறேன்' சுதமதிக்கு நிதானமாக விளக்கம் சொன்னது மணிமேகலா தெய்வம், 'நீ மணிமேகலையைப்பற்றிக் கவலைப்படவேண்டாம், நேராக மாதவியிடம் சென்று இந்த விஷயங்களைச் சொல், அவளையும் பதறாமல் நிதானமாக இருக்கச் சொல், ஏழே நாள்களில் மணிமேகலை இங்கே திரும்பிவிடுவாள்!'

இப்படிச் சொன்ன மணிமேகலா தெய்வம் மீண்டும் விண்ணில் எழுந்தது. பறந்து சென்று மறைந்தது.

சுதமதி நெடுநேரம் வானத்தையே பார்த்துக்கொண்டிருந்தாள். மணிமேகலையை நினைத்தால் அவளுக்குக் கவலையாக இருந்தது. தன்னை நம்பி மகளை அனுப்பிவைத்த மாதவிக்கு என்ன பதில் சொல்லப்போகிறோம் என்று நினைத்தால் இன்னும் வேதனை பொங்கியது. பெருமூச்சுடன் அந்தச் சோலையிலிருந்து வெளியேறி நடந்தாள்.

17. மூன்று சகோதரிகள்

சுதமதி கவலையோடு நடந்துகொண்டிருந்தாள். அவளுக்குள் ஏதேதோ குழப்பங்கள், கேள்விகள், கவலைகள்.

இதனால், சின்னச் சத்தம்கூட அவளுக்குப் பயம் ஊட்டியது. எந்த நேரத்தில் எங்கிருந்து யார் வருவார்களோ என்று நினைத்தால் மிகவும் கலக்கமாக இருந்தது.

எப்படியோ தட்டுத்தடுமாறி நடந்து சென்ற அவள் மேற்கு வழியாக மதில் சுவரைக் கடந்தாள். சக்கரவாளக் கோட்டத்தினுள் நுழைந்தாள்.

சக்கரவாளக் கோட்டத்தினுள் யார் வேண்டுமானாலும் வந்து தங்கக்கூடிய 'ஊர் அம்பலம்' என்ற இடம் இருந்தது. சுதமதி அங்கே சென்று அமர்ந்தாள்.

அந்த ஊர் அம்பலத்தில் தெய்வச் சிற்பியாகிய மயனால் உருவாக்கப்பட்ட ஓர் அழகிய உருவம் இருந்தது. சுதமதியைப் பார்த்தவுடன் அந்தப் பாவை வாயைத் திறந்து பேசத் தொடங்கியது, 'பெண்ணே! நீ இங்கே வருவாய் என்று எனக்குத் தெரியும். நான் உனக்காகத்தான் காத்திருக்கிறேன்!'

இப்படித் திடீரென்று ஒரு பாவை பேசத் தொடங்கியவுடன் சுதமதி நடுங்கிப்போனாள். இது மாயமா, மந்திரமா, அல்லது வேறு ஏதாவது சூழ்ச்சியா என்று நினைத்து அஞ்சினாள்.

அவளுடைய கவலையைப் பார்த்துப் பாவை சிரித்தது, 'பயப்படாதே வீரை' என்றது.

'வீரையா? அது யார்?'

'நீதான்!'

'இல்லை, நான் சுதமதி!'

'அது இந்தப் பிறவியில். இதற்குமுன்னால் நீ ரவிவர்மன் என்பவனுடைய மகளாகப் பிறந்திருந்தாய், துச்சயன் என்பவனைத் திருமணம் செய்துகொண்டாய். அப்போது உன் பெயர் வீரை!'

'அந்தப் பிறவியில் உனக்கு இரண்டு சகோதரிகள். தாரை, மற்றும் லட்சுமி!'

'திடீரென்று ஒருநாள், உன்னுடைய சகோதரி தாரை இறந்துவிட்டாள். அந்தத் துயரம் தாங்காமல் நீ மயங்கி விழுந்தாய், சகோதரியைப் பிரிந்த கவலையிலேயே உன் உயிரும் நீங்கிவிட்டது!'

'அதன்பிறகுதான், நீ அடுத்த பிறவியில் கௌசிகன் மகள் சுதமதியாகப் பிறந்தாய். மாருதவேகனால் கடத்தப்பட்டு இந்தப் புகார் நகரத்துக்கு வந்தாய்.'

'உலகில் எத்தனையோ நகரங்கள் இருக்க, நீ புகாருக்கு வந்த காரணம் என்ன தெரியுமா? உன்னுடைய பழைய பிறவிச் சகோதரியாகிய தாரை இங்கே மீண்டும் பிறந்திருந்தாள். அவளோடு ஒன்றுசேர்வதற்காகவே காலம் உன்னை இந்த நகரத்துக்குக் கொண்டுவந்தது.'

பாவை பேசப்பேச சுதமதி வியப்போடு வாய் பிளந்து கேட்டுக்கொண்டிருந்தாள், 'யார் அந்தத் தாரை?'

'வேறு யார்? மாதவிதான்!'

'அப்படியானால் லட்சுமி?'

'மாதவியின் மகள் மணிமேகலை' என்றது பாவை, 'ஆக, தாரை, வீரை, லட்சுமி எனும் மூன்று சகோதரிகள் இந்தப் பிறவியில் மாதவி, சுதமதி, மணிமேகலையாகப் பிறந்து மீண்டும் ஒன்றுகூடிவிட்டீர்கள். புரிகிறதா?'

சுதமதி இந்த அதிசயப் பாவையிடம் இன்னும் பல விஷயங்களைக் கேட்டுத் தெரிந்துகொள்ள விரும்பினாள். ஆனால் அதற்குள் பொழுது விடிந்துவிட்டது. சுற்றியிருந்தவர்கள் எழுந்துகொண்டார்கள். அவளால் தொடர்ந்து பேசமுடியவில்லை.

பாவை சொன்ன விஷயங்களை யோசித்தபடி சுதமதி எழுந்தாள். நேற்று இரவு நடந்ததெல்லாம் உண்மையா பொய்யா என்று நம்பமுடியாதபடி அவள் மனம் குழம்பியிருந்தது. கவலையோடு மாதவியைத் தேடி நடந்தாள்.

ராத்திரி முழுக்க சுதமதியும் மணிமேகலையும் திரும்பி வராததால் மாதவி கலங்கிப்போயிருந்தாள். வாசலிலேயே பதற்றத்தோடு காத்துக்கொண்டிருந்தவள் சுதமதியைத் தனியே பார்த்ததும் ஓடினாள், 'என்னாச்சு சுதமதி? என் மகள் மணிமேகலை எங்கே?'

சுதமதி எதையும் மறைக்கவில்லை. மணிமேகலா தெய்வம் சொன்னதையெல்லாம் மாதவிக்கு விளக்கினாள், 'கவலைப்படாதீர்கள் அம்மா, மணிமேகலை இன்னும் ஏழு நாளில் இங்கே திரும்பி வந்துவிடுவாள்' என்றாள்.

ஆனால் மாதவி அதைக் கேட்கும் மனோநிலையில் இல்லை. மகளைக் காணவில்லை என்றவுடன் அவள் மயங்கி விழுந்திருந்தாள்!

18. தர்ம பீடம்

மணிபல்லவத் தீவு.

அந்தத் தீவின் அழகிய கடற்கரையில், வெள்ளை மணல் படுக்கையின்மீது மணிமேகலை இன்னும் அயர்ந்து தூங்கிக்கொண்டிருந்தாள். ஓய்வில்லாது அலைபாய்கிற கடல், காற்றில் ஊசலாடும் மரங்களின் சத்தம், பூந்தோட்டத்தில் விளையாடும் வண்டுகளின் ஓசை எதுவும் அவள் தூக்கத்தைக் கலைக்கவில்லை.

பொழுது விடிந்து சிறிது நேரம் கழித்து, அவளுடைய கண்கள் மெல்லத் திறந்துகொண்டன. சோம்பலாக எழுந்து உட்கார்ந்தாள்.

மறுவிநாடி, அவள் முகம் அதிர்ந்தது, அழகிய கண்கள் படபடத்தன, பதற்றத்தோடு சுற்றிலும் தேட ஆரம்பித்தாள் 'இது என்ன இடம்? நான் எப்படி இங்கே வந்தேன்? சுதமதி எங்கே?'

'சுதமதி, சுதமதி' கத்தியபடி மணலில் அங்கும் இங்கும் ஓடினாள் மணிமேகலை, 'நீ எங்கே ஒளிந்துகொண்டிருக்கிறாய் சுதமதி?

என்னோடு விளையாடாதே, தயவுசெய்து என்முன்னே வந்துவிடு!'

ஆனால் அவள் எப்படிக் கெஞ்சியபோதும் யாரும் வரவில்லை. மணிபல்லவத் தீவு ஆள் அரவமில்லாமல் பரந்து விரிந்து கிடந்தது.

இப்போது மணிமேகலை அழ ஆரம்பித்துவிட்டாள், 'ஐயோ, என்னைக் காணாமல் என் தாய் பதறுவாளே, எனக்கு என்ன ஆயிற்றோ என்று நினைத்துக் கவலைப்படுவாளே, நான் இப்போது என்ன செய்வேன்? கடவுளே!'

மணிமேகலை இப்படிக் கவலையோடு புலம்பிக் கொண்டிருந்தபோது, அவள் கண்ணெதிரே ஒரு புத்த பீடம் தோன்றியது. பளிங்கினால் செய்யப்பட்ட அந்தப் பீடம் வட்ட வடிவத்தில் இருந்தது. அதன் மத்தியில் ஒரு சதுரம், அதில் தாமரை வடிவம் செதுக்கப்பட்டிருந்தது.

அந்தப் பீடம், சாதாரணமானது அல்ல. புத்த பெருமான் அமர்ந்த பெருமை அதற்கு உண்டு!

முன்பு ஒரு காலத்தில், இந்தத் தீவுக்குப் பக்கத்தில் உள்ள நாக நாட்டை இரண்டு மன்னர்கள் ஆட்சி செய்துகொண்டிருந்தார்கள். அவர்கள் இருவருக்கும் இந்தப் பீடத்தின்மீது ஆசை. 'இது என்னுடையது' என்று இருவருமே உரிமை கொண்டாடினார்கள்.

இப்படி ஒரே பீடத்துக்கு இரண்டு பேர் ஆசைப்பட்டால் என்ன ஆகும்? போர்தான்!

இந்தப் பீடத்துக்காக, இரண்டு அரசர்களின் படைகளும் கடுமையாக மோதிக்கொண்டார்கள். இந்தச் சண்டையில் ஏகப்பட்ட உயிர்கள் பலியாகின.

இதைப் பார்த்த புத்தபெருமான் மிகவும் வருந்தினார், 'தயவுசெய்து உங்களுடைய சண்டையை நிறுத்துங்கள்' என்று கேட்டுக்கொண்டார்.

‘அதெப்படி நிறுத்தமுடியும்? இந்தப் பீடம் எனக்குச் சொந்தமாகும்வரை விடமாட்டேன்’ என்றான் முதல் அரசன்.

‘வாய்ப்பே இல்லை. இந்தப் பீடம் எனக்குதான். அதை வாள்முனையில் நிரூபிப்பேன்’ என்றான் இரண்டாவது அரசன்.

‘இந்தப் பீடம் உங்கள் இருவருக்கும் சொந்தம் அல்ல’ என்றார் புத்தர், தானே அந்தப் பீடத்தின்மீது உட்கார்ந்து தர்ம நெறிகளைப் போதிக்க ஆரம்பித்தார்.

புத்தர் அமர்ந்த இந்தப் பீடத்துக்கு இன்னொரு சிறப்பும் உண்டு. அதை யார் காண்கிறார்களோ அவர்களுடைய முன்பிறவியைப்பற்றித் தெளிவாகச் சொல்லிவிடும்.

ஆகவே, அந்தப் பீடத்திற்குப் பக்கத்தில் இருந்த மரங்கள் மிகச் சிறந்த மலர்களை அதன்மீது தூவிப் போற்றின. பறவைகளும் விலங்குகளும் அதை நெருங்கித் தொந்தரவு செய்யாமல் மரியாதையான தூரத்தில் தள்ளி நின்றிருந்தன.

மணிமேகலை இதையெல்லாம் அதிசயமாகப் பார்த்தாள். அவளுடைய கைகள் தானாகக் குவிந்தன. பீடத்தை மூன்றுமுறை சுற்றிவந்து வணங்கினாள். கீழே விழுந்து கும்பிட்டாள்.

மறுவிநாடி, அவளுடைய பழைய பிறவிக் கதைகள் அவளுக்குத் தோன்ற ஆரம்பித்தன!

19. ராகுலன் கதை

முன்பிறவியில், என் பெயர் லட்சுமி.

என் தந்தை, அசோதர நாட்டை ஆட்சி செய்த ரவிவர்மன். என் தாய், அமுதபதி.

பெற்றோர் எனக்கு ஒரு நல்ல மணமகனைத் தேர்ந்தெடுத்துத் திருமணம் செய்துவைத்தார்கள். என் கணவர் பெயர் ராகுலன். அத்திபதி நாட்டை ஆட்சி செய்த சீதரன், நீலபதி தம்பதியரின் மகன்.

என்னுடைய கணவர் அன்பானவர், அழகானவர், என்னைப் பரிவோடு கவனித்துக்கொண்டார். நான் வாய் திறக்காமலே என் மனத்தைப் புரிந்துகொண்டார். எதை நினைத்தாலும் அது என் காலடியில் வந்து விழுந்தது. மண்ணில் சுவர்க்கத்தை அனுபவிக்கிறவளாக ஆனேன்.

ஒருநாள், நானும் என் கணவரும் பிரம தருமன் என்கிற ஒரு பெரும் முனிவரைத் தரிசிக்க விரும்பினோம். அவர் அப்போது காயங்கரை என்கிற ஆற்றங்கரையில் தங்கியிருந்தார்.

இந்தப் பிரம தருமன் சாதாரண முனிவர் அல்ல. வருங்காலத்தைக் கச்சிதமாகக் கணித்துக் கூறக்கூடிய திறமைசாலி.

முனிவர் பிரம தருமனின் சொந்த நாடு, காந்தாரத்தில் உள்ள பூருவதேயம். அதை ஆட்சி செய்த மன்னன் பெயர் அத்திபதி. அந்த அத்திபதியின் மைத்துனர்தான் இந்த பிரம தருமன்.

ஒருநாள், பிரம தருமன் அத்திபதியைச் சந்திக்கச் சென்றார், 'மன்னா, இன்றிலிருந்து ஏழாவது நாள் இங்கே பூகம்பம் வரப்போகிறது' என்றார்.

அவ்வளவுதான். நிலம் நடுங்குவதற்குமுன்னால் அரசன் அத்திபதி நடுங்கிவிட்டான், 'நான் இப்போது என்ன செய்யவேண்டும்?' என்று கேட்டுக் கதறினான்.

'இனிமேல் நாம் செய்யக்கூடியது எதுவும் இல்லை' என்றார் பிரம தருமன், 'உடனடியாக உன் நாட்டு மக்கள், பசுக்கள், மற்ற விலங்குகளை அழைத்துக்கொண்டு இங்கிருந்து வெளியேறிவிடு.'

முனிவரின் வாக்கு பொய்யாகாது என்பதைப் புரிந்துகொண்ட அத்திபதி தன்னுடைய நாட்டு மக்களுக்கு ஓர் அவசரக் கட்டளை பிறப்பித்தான். எல்லோரும் வேகமாக அங்கிருந்து வெளியேறி வேறோர் இடத்தில் தங்கிக்கொண்டார்கள்.

சரியாக ஏழாவது நாள், அவர்கள் முன்பு இருந்த நகரத்தை பூகம்பம் தாக்கியது. ஒட்டுமொத்த ஊரும் இருந்த சுவடு தெரியாமல் அழிந்துபோனது.

அதைப் பார்த்துக் கலங்கிய அத்திபதியும் மற்ற மக்களும் பிரம தருமனின் காலில் விழுந்து போற்றினார்கள், 'உங்களால்தான் நாங்கள் உயிர் பிழைத்தோம்' என்று விம்மினார்கள்.

அதன்பிறகு, பிரம தருமன் உலக மக்களுக்கெல்லாம் நல்ல அறங்களைச் சொல்லிக்கொண்டு சமூக சேவையில் ஈடுபட்டிருக்கிறார். நானும் என் கணவரும் காயங்கரை சென்று அவரைத் தரிசித்தோம். வணங்கி வழிபட்டோம், 'மாமுனிவரே, உங்களிடம் ஒரு விண்ணப்பம்!'

'சொல் ராகுலா. என்ன வேண்டும்?

'உங்களுக்கு உணவு வழங்குகிற பாக்கியம் வேண்டும்' என்று கேட்டுக்கொண்டார் என் கணவர்.

'சரி' என்று சம்மதித்தார் பிரம தருமன், 'நாளைக் காலை நான் உங்கள் இல்லத்துக்கு வருகிறேன்' என்றார்.

எனக்கும் என் கணவருக்கும் அளவில்லாத மகிழ்ச்சி. அப்பேர்ப்பட்ட மாமுனிவருக்கு அன்னமிட்டு அருள் பெறப்போகும் சந்தோஷத்தில் பிரமாதமான விருந்துச் சாப்பாட்டுக்கு ஏற்பாடு செய்தோம்.

மறுநாள் காலை, எங்கள் வீட்டில் ஏகப்பட்ட பரபரப்பு. ஒருபக்கம் காய்கள் நறுக்கப்பட்டன, இன்னொரு பக்கம் சாப்பாடு கொதித்தது, வேறொருபக்கம் துணை உணவுகள் தயாராகிக்கொண்டிருந்தன. சமையல்காரர்கள் பாத்திரத்துடன் அங்கும் இங்கும் ஓடிக்கொண்டிருந்தார்கள்.

அப்போது, கையில் சாப்பாட்டுப் பாத்திரத்துடன் விரைந்து வந்த ஒரு சமையல்காரர், கால் தடுக்கிக் கீழே விழுந்தார். அவர் கொண்டுவந்த பாத்திரமும் விழுந்து உடைந்துவிட்டது.

உடனே, என் கணவருக்கு அளவில்லாத ஆத்திரம் வந்துவிட்டது, 'முனிவருக்காகச் சமைத்துவைத்திருந்த உணவை இப்படிக் கீழே கொட்டி வீணாக்கிவிட்டாயே. இப்போது முனிவர் இங்கே வந்தால் நாங்கள் அவருக்கு என்ன பதில் சொல்வோம்?' என்று கோபப்பட்டார்.

அதோடு நின்றிருந்தால் பரவாயில்லையே. அவர் சட்டென்று தன்னுடைய வாளை உருவி எடுத்து அந்தச் சமையல்காரரை வெட்டி வீழ்த்திவிட்டார்.

ஒரு விநாடி கோபம். ஓர் உயிர் பலியாகிவிட்டது. அந்தப் பாவம் என் கணவரின்மீது விழுந்துவிட்டது.

அப்போதும், எங்களுக்கு நாங்கள் செய்த தவறு புரிந்திருக்கவில்லை. பிரம தருமன்தான் அதையும் விளக்கிச்

சொன்னார், 'பெண்ணே, நான் உனக்கு ஒரு கெட்ட செய்தி சொல்லப்போகிறேன். மனத்தைத் திடப்படுத்திக்கொண்டு கேள்!'

எனக்கு ஒன்றும் புரியவில்லை. ஆனாலும் அவர் சொல்வதைக் கேட்கத் தயாரானேன்.

'லட்சுமி, உன் கணவன் ராகுலன் செய்தது பெரும்பாவம். இன்னும் பதினாறு நாளில் அவன் இறந்துவிடுவான்' என்றார் அந்த முனிவர்.

என்னால் அந்த அதிர்ச்சியைத் தாங்கிக்கொள்ளவேமுடியவில்லை. இந்த முனிவர் எது சொன்னாலும் அப்படியே நடந்துவிடுமே! பக்கத்தில் நின்றிருந்த என் கணவரைப் பயத்தோடு பற்றிக்கொண்டேன்.

முனிவர் தொடர்ந்து பேசினார், 'உன் கணவன் இறந்தவுடன், அந்தத் துயரம் தாங்காமல் நீயும் இறந்துவிடுவாய். அதன்பிறகு, அடுத்த பிறவியில் பூம்புகார் நகரத்தில் சென்று பிறப்பாய்' என்றார்.

'புகார் நகரில் உனக்கு ஒரு பெரிய துன்பம் வரும். அப்போது மணிமேகலா தெய்வம் தோன்றி உன்னைக் காப்பாற்றும். உன்னை எடுத்துச் சென்று ஒரு தீவில் ஒளித்துவைக்கும்.'

'அந்தத் தீவில், புத்தர் உட்கார்ந்து அறம் உரைத்த ஒரு பீடம் இருக்கிறது. நீ அந்தப் பீடத்தைக் கண்டு வணங்கி உன்னுடைய முந்தைய பிறவியைப்பற்றித் தெரிந்துகொள்வாய்!'

நான் பதற்றத்தோடு கேட்டேன், 'அப்படியானால், என் கணவர் ராகுலன்? அவருடைய அடுத்த பிறவியைப்பற்றியும் தயவுசெய்து சொல்லுங்கள்!'

'அதை நான் சொல்லமுடியாது' என்றார் அந்த முனிவர், 'அடுத்த பிறப்பில் உன்னைக் காப்பாற்றப்போகும் அந்த மணிமேகலா தெய்வம் உனக்கு ராகுலனைப்பற்றித் தகவல் சொல்லும். கவலைப்படாதே!'

பதினாறு நாள் கழித்து, அவர் சொன்னதெல்லாம் அப்படியே நடந்தது. என் கணவன் ராகுலன் இறந்தான். அவனோடு நானும் உயிர் துறந்தேன்.

அதன்பிறகு, இப்போது இந்தப் பூம்புகார் நகரில் நான் மணிமேகலையாகப் பிறந்திருக்கிறேன். மணிமேகலா தெய்வத்தால் காப்பாற்றப்பட்டு, மணிபல்லவத் தீவுக்கு வந்திருக்கிறேன். புத்த பீடத்தைப் பார்த்து என்னுடைய முந்தைய பிறவியைத் தெரிந்துகொண்டேன்.

ஆனால், என் முன்பிறவிக் கணவர் ராகுலன் இப்போது எங்கே? அவர் எந்த ஊரில் யாராகப் பிறந்திருக்கிறார்? அந்தத் தகவலை மணிமேகலா தெய்வம்தான் எனக்குச் சொல்லவேண்டும். எங்கே அந்தத் தெய்வம்? எங்கே? எங்கே?

20. எங்கே என் கணவன்?

மணிமேகலா தெய்வம் விண்ணில் மிதந்துவந்துகொண்டிருந்தது.

பயணம் நெடுகிலும் அதன் சிந்தனையெல்லாம் மணிமேகலைதான் நிறைந்திருந்தாள், 'இந்நேரம் அவள் புத்த பீடத்தைக் கண்டிருப்பாள். தன்னுடைய முன்பிறவியைப்பற்றித் தெரிந்துகொண்டிருப்பாள்' என்று நினைத்தபடி கீழே இறங்க ஆரம்பித்தது மணிமேகலா தெய்வம்.

சற்று நேரத்தில், மணிமேகலாத் தெய்வம் மணிபல்லவத் தீவில் வந்து இறங்கியது. அங்கிருந்த புத்த பீடத்தை வணங்கியது, 'புத்த பெருமானே, உன் மலர் அடிகளைப் பணிந்து போற்றுகிறேன். நீ வாழ்க! உலகில் எங்கேயும் துன்பங்கள் நீங்கட்டும், இன்பம் சூழட்டும்!'

இப்போது மணிமேகலை முன்னே வந்து மணிமேகலா தெய்வத்தை வணங்கினாள், 'உன்னுடைய அருளால் நான் என்னுடைய பழைய பிறவி என்ன என்பதைத் தெரிந்துகொண்டேன்' என்றாள், 'ஆனால், அப்போது என் கணவனாக இருந்த ராகுலன் இப்போது எங்கே? தயவுசெய்து அதை எனக்குச் சொல்.'

மணிமேகலை இப்படிக் கெஞ்சியவுடன், மணிமேகலா தெய்வத்தின் மனம் நெகிழ்ந்தது. அவளுடைய பழைய பிறவிக் கதையைச் சொல்ல ஆரம்பித்தது.

'பெண்ணே, சென்ற பிறவியில் நீ லட்சுமியாக இருந்தபோது ஒருநாள், நீயும் உன் கணவன் ராகுலனும் ஒரு பூந்தோட்டத்தில் இன்பமாக ஓடியாடிக்கொண்டிருந்தீர்கள். அப்போது, வானத்தில் இருந்து ஒரு முனிவன் கீழே இறங்கிவந்தான்.'

அந்த முனிவன் பெயர் சாது சக்கரன். புத்தரின் பக்தன், வானத்தில் நினைத்த நேரத்தில் எங்கே வேண்டுமானாலும் பறந்து செல்லக்கூடிய திறமை கொண்டவன்!

சாது சக்கரனைப் பார்த்தவுடன், லட்சுமி அவனை முறைப்படி வணங்கினாள், வேண்டிய மரியாதைகளைச் செய்து வழிபட்டாள்.

ஆனால், அவள் கணவன் ராகுலனுக்கு அந்த அளவு பொறுமை இல்லை. 'யார் இந்த ஆள்?' என்று அலட்சியமாகப் பேசினான்.

உடனே, லட்சுமி அவசரமாகத் தன் கணவனின் வாயைப் பொத்தினாள், 'அவசரப்பட்டு வார்த்தைகளைக் கொட்ட வேண்டாம். இந்த மாமுனிவரைக் கும்பிட்டு வாழ்த்துகளைப் பெற்றுக்கொள்ளுங்கள்' என்று அறிவுரை சொன்னாள்.

இப்போது இருவரும் சேர்ந்து சாது சக்கரனை வணங்கினார்கள். அவர் தங்கள் இல்லத்தில் சாப்பிடவேண்டும் என்று பணிவாக வேண்டிக்கொண்டார்கள்.

சாது சக்கரன் அவர்களுடைய கோரிக்கையை ஏற்றுக்கொண்டார். அவர்கள் கொண்டுவந்த உணவை உண்டு மகிழ்ந்தார். இருவரையும் ஆசிர்வதித்துவிட்டுக் கிளம்பினார்.

'மணிமேகலை, போன பிறவியில் அந்த முனிவர் உனக்கு வழங்கிய ஆசிர்வாதம்தான், இப்போது உன்னைக் காப்பாற்றுகிறது' என்று சொல்லி முடித்தது மணிமேகலா

தெய்வம், 'இன்னொரு விஷயம். போன பிறவியில் உனக்கு இரண்டு சகோதரிகள் - தாரை, மற்றும் வீரை. அவர்கள் இருவரும் கச்சய நாட்டின் அரசனாகிய துச்சனன் என்பவனைத் திருமணம் செய்துகொண்டார்கள்!'

ஒருநாள், அவர்கள் மூன்று பேரும் கங்கை ஆற்றங்கரையில் விளையாடிக்கொண்டிருந்த நேரம். அறவணர் என்ற முனிவர் அவர்களை நோக்கி வந்தார்.

முனிவரைப் பார்த்தவுடன், துச்சயன் தன்னுடைய விளையாட்டுகளை நிறுத்திக்கொண்டான். அவரை வரவேற்று வணங்கினான்.

'அரசே, நாம் இப்போது நின்றுகொண்டிருக்கும் இடத்தின் பெயர், பெருமையெல்லாம் உனக்குத் தெரியுமா?' என்று கேட்டார் அறவணர்.

துச்சயனுக்கு அது தெரிந்திருக்கவில்லை. தாரை, வீரையும் 'தெரியாது' என்பதுபோல் தலையசைத்தார்கள்.

'முனிவர் பெருமானே, தயவுசெய்து இந்த இடத்தின் பெருமைகளை எங்களுக்கு விளக்கிச் சொல்லுங்கள்' என்று கேட்டுக்கொண்டான் துச்சயன்.

'மன்னா, இந்த இடத்தின் பெயர் பாத பங்கய மலை' என்றார் அறவணர், 'ஒருகாலத்தில் இங்கே புத்த பெருமான் நின்றிருக்கிறார். உலகத்து மக்களுக்குத் தன்னுடைய ஞானத்தை மழையாகப் பொழிந்து அருளியிருக்கிறார்.'

'புனிதமான இந்த மலையைத் தொழுபவர்களுக்கு வேண்டிய வரம் அனைத்தும் கிடைக்கும். அதற்காகத்தான் நான் இங்கே வந்திருக்கிறேன்!' என்று சொல்லிமுடித்தார் அறவணர்.

முனிவர் சொன்னதைக் கேட்டுத் துச்சயனும் அவனுடைய மனைவிகள் இருவரும் அந்த மலையை வணங்கி வழிபட்டார்கள். அங்கே தொடர்ந்து வழிபாடுகள் நடத்துவதற்கான ஏற்பாடுகளைச் செய்து கொடுத்தார்கள்.

'மணிமேகலை, உன்னுடைய சகோதரிகளாகிய அந்தத் தாரையும் வீரையும் அன்றைக்குச் செய்த புண்ணியத்தின் பலன், இப்போது இந்தப் புகார் நகரத்தில் அவர்களும் உன்னோடு ஒன்றுகூடியிருக்கிறார்கள்!' என்றது மணிமேகலா தெய்வம்.

'அப்படியா? யார் அவர்கள்?'

'தாரைதான் மாதவி, வீரைதான் சுதமதி.'

இந்தச் செய்தி கேட்ட மணிமேகலை மிகவும் மகிழ்ந்தாள். என்றாலும், அவளுடைய மனம் முழுத் திருப்தி அடையவில்லை. 'ஆனால், என் கணவர் ராகுலன் இப்போது எங்கே இருக்கிறார்? அதைச் சொல்லவில்லையே!'

'இன்னுமா அது உனக்குப் புரியவில்லை?' மணிமேகலா தெய்வம் மெல்லச் சிரித்தது, 'உன்னுடைய முன்பிறவிக் கணவன் ராகுலன்தான் இப்போது புகாரில் இளவரசன் உதயகுமரனாகப் பிறந்திருக்கிறான்!'

21. மூன்று மந்திரங்கள்

'உதயகுமரனா?'

மணிமேகலையால் அந்தத் தகவலைச் சிறிதும் ஏற்றுக்கொள்ள முடியவில்லை. ஒருகாலத்தில் தன் நேசத்துக்குரிய கணவனாக இருந்த ராகுலன்தான் இப்போது உதயகுமரனாகப் பிறந்திருக்கிறான், தன்னையே சுற்றிச்சுற்றி வருகிறான் என்பதை நம்பமுடியாமல் தவித்தாள்.

ஒருவேளை, அதனால்தான் நான் துறவறத்தை ஏற்றுக் கொண்டிருந்தாலும்கூட என்னுடைய மனம்மட்டும் அவனை நோக்கிப் போகிறதோ?

'ஆமாம் மணிமேகலை' என்றது மணிமேகலா தெய்வம், 'அதனால்தான் உன்னை நல்ல பாதையில் வழிநடத்துவதற்காக இங்கே கொண்டுவந்தேன்!'

'இந்த உதயகுமரன் ஓர் ஆரம்பம்தான். இதுபோல் உன்னுடைய துறவறத்தைக் கெடுப்பதற்காகப் பல தடைகள் வரக்கூடும். அதையெல்லாம் தைரியமாக எதிர்த்து நின்று சமாளிக்கும் திறன் உனக்கு வேண்டும்.'

'நீ இப்போது புத்தரின் வழியில் சரணடைந்திருக்கிறாய். ஆனால் இந்த உலகத்தில் இதுபோல் இன்னும் பலவிதமான சமயங்கள் இருக்கின்றன. அவர்களுடைய கொள்கைகள் அனைத்தையும் நீ விளக்கமாகக் கேட்டுத் தெரிந்துகொள்ளவேண்டும், அவற்றோடு புத்த மதக் கொள்கைகளை ஒப்பிட்டுப் பார்க்கவேண்டும், அப்போதுதான் புத்தரின் நெறி எத்தனை உயர்வானது என்பது உனக்குப் புரியவரும்!'

'ஆனால் அதில் ஒரு பிரச்னை இருக்கிறது. நீ மற்ற மதத்தினரிடம் சென்று அவர்களுடைய தத்துவங்களை விளக்கச் சொல்லிக் கேட்கிறபோது அவர்கள் உன்னை அலட்சியப்படுத்துவார்கள். காரணம் நீ ஒரு பெண், வயதில் சிறியவள், உனக்கு எதைச் சொன்னாலும் புரியாது என்று அவர்கள் நினைத்துவிடுவார்கள். பொய்யான விஷயங்களைச் சொல்லி உன்னை ஏமாற்றப்பார்ப்பார்கள்.'

'அதுமாதிரி நேரங்களில் நீ மனம் கலங்கக்கூடாது. எப்பேர்ப்பட்ட சூழ்ச்சியையும் நீயே தனித்துச் சமாளிப்பதற்காக நான் சில மந்திரங்களைச் சொல்லித்தருகிறேன்.'

'என்ன மந்திரங்கள்?'

'இந்த முதல் மந்திரத்தைச் சொன்னால், நீ எந்த நேரத்திலும் எந்த உருவமும் எடுக்கலாம்.' என்றது மணிமேகலா தெய்வம். மணிமேகலை அதை அக்கறையோடு மனத்தில் பதித்துக்கொண்டாள்.

'இரண்டாவது மந்திரம் இன்னும் விசேஷமானது. இதைச் சொல்கிறவர்கள் நினைத்த நேரத்தில் வானத்தில் எழுந்து பறக்கமுடியும்.'

மணிமேகலை இரண்டு மந்திரங்களையும் கற்றுக்கொண்டபிறகு, மணிமேகலா தெய்வம் அவளுக்கு ஆசி வழங்கியது, 'இப்போது நீ உன் ஊருக்குத் திரும்பிச் செல்லலாம். அங்கே உனக்குப் பல புதிய அனுபவங்கள் காத்திருக்கின்றன. அவற்றையெல்லாம் பார், கேள், யோசி, புத்த தர்மத்தின் உயர்வைப் புரிந்துகொள்.'

இப்படிச் சொன்ன மணிமேகலா தெய்வம் மெல்ல வானில் எழுந்து பறந்தது. திடீரென்று, எதையோ மறந்துவிட்டாற்போல் கீழே இறங்கி மீண்டும் மணிமேகலையின்முன் நின்றது, 'உனக்கு இன்னொரு விஷயம் சொல்லவேண்டும்' என்றது.

'மனித உடல், சாப்பாட்டினால்தான் உயிர் வாழ்கிறது. அதுமட்டும் இல்லாவிட்டால், பசியின் கொடுமையைத் தாங்கமுடியாமல் நாம் துவண்டுபோய்விடுவோம்.'

'நான் இப்போது உனக்குச் சொல்லித்தரப்போகும் இந்த மந்திரம், உன்னைப் பெரிய பசியிலிருந்து காப்பாற்றும். எப்பேர்ப்பட்ட சூழ்நிலையிலும் சாப்பாடு இல்லாமலேயே உன்னால் உயிர் பிழைக்கமுடியும்.'

மணிமேகலைக்கு அந்த மந்திரத்தையும் சொல்லித்தந்தபிறகு, மணிமேகலா தெய்வம் மறுபடி விண்ணில் எழுந்து பறந்து மறைந்தது. அதன் அருளை எண்ணி வியந்தபடி மணிமேகலை புத்த பீடத்தை வணங்கினாள். தான் பெற்ற மந்திர வரங்களை எண்ணி மனத்துக்குள் நன்றி சொன்னாள்.

22. அமுதசுரபி

மணிமேகலை முதன்முறையாக மணிபல்லவத்தைப் பார்த்தபோது, அந்தத் தீவு அவளுக்குப் பயம் ஊட்டியது. சுதமதியைக் காணோமே, தாய் மாதவியைக் காணோமே என்று பதறித் தவித்தாள் அவள்.

ஆனால் இப்போது, அவளுக்குள் எந்தப் பதற்றமும் இல்லை. புத்த பீடம் மற்றும் மணிமேகலா தெய்வத்தின் அருளால் அவள் கற்றுக்கொண்டிருந்த விஷயங்களும் மந்திரங்களும் அவளுக்கு ஓர் இணையற்ற மன அமைதியைக் கொண்டுவந்திருந்தன.

ஆகவே, இப்போது அவளால் மணிபல்லவத் தீவின் அழகை ரசிக்கமுடிந்தது. கண்ணுக்கெட்டிய தூரம்வரை விரிந்து பரந்து கிடந்த வெள்ளை மணலில் மெதுவாக நடந்தாள், பெரிய பூந்தோட்டங்கள், பொய்கைகளையெல்லாம் நிதானமாகச் சுற்றிப்பார்க்க ஆரம்பித்தாள்.

'பெண்ணே, நீ யார்?'

திடீரென்று ஒலித்த அந்தக் குரலைக் கேட்டுத் திடுக்கிட்டுத் திரும்பினாள் மணிமேகலை. அங்கே நின்றிருந்தவள் ஒரு பெண். அவள் பெயர் தீவதிலகை.

அவளைப் பார்த்தவுடன் மணிமேகலைக்கு ஆச்சர்யம் தாங்கவில்லை, 'இந்தத் தீவில் வேறு மனிதர்களும் இருக்கிறார்களா?' என்பதுபோல் அவளை வியப்போடு பார்த்தாள்.

'என்ன பெண்ணே இப்படிப் பார்க்கிறாய்?' தீவதிலகை சிரித்தாள், 'நீ இதற்குமுன்னால் மனிதர்களையே பார்த்தது கிடையாதா?'

அவளுடைய குறும்பான கேள்விக்கு மணிமேகலையால் சட்டென்று பதில் சொல்லமுடியவில்லை. அவள் திணறுவதைப் பார்த்து தீவதிலகை மேலும் சிரித்தாள், 'சொல் பெண்ணே, நீ யார்? எப்படி இங்கே வந்தாய்? நீ பயணம் செய்த கப்பல் கவிழ்ந்துவிட்டதா? அதில் இருந்து தப்பித்து நீந்தி இங்கே கரை சேர்ந்தாயா?'

'இ-இல்லை' என்றாள் மணிமேகலை, 'ஏன் அப்படிக் கேட்கிறாய்?'

'வழக்கமாக இந்தத் தீவுக்கு வருகிற எல்லோரும் கப்பல் விபத்தில் தப்பிப் பிழைத்தவர்களாகத்தான் இருப்பார்கள்' என்றாள் தீவதிலகை, 'அது கிடக்கட்டும், நீ யார்? அதைச் சொல் முதலில்!'

'என் பெயர் மணிமேகலை. நீ?'

'நான் தீவதிலகை. இந்த மணிபல்லவத் தீவுக்குப் பக்கத்தில் ரத்தினத் தீவு என்று ஓர் இடம், அங்கே சமந்தகம் என்கிற மலை உச்சியில் புத்தரின் பாதம் படிந்த பீடம் ஒன்று இருக்கிறது. அதை வணங்குவதற்காக நான் இங்கே வந்தேன். இணையில்லாத அந்தப் பீடத்தைக் காவல் காக்கும் பொறுப்பை ஏற்றுக்கொண்டேன்.'

சிறிது நேரம் கழித்து, தீவதிலகை மீண்டும் பேசினாள், 'மணிமேகலை, நான் உனக்கு ஒரு முக்கியமான விஷயம் சொல்லவேண்டும்.'

'என்னது?'

‘இந்தத் தீவில், கோமுகி என்ற பெயரில் ஒரு குளம் உள்ளது. அது உனக்குத் தெரியுமா?’

‘தெரியாதே!’

தீவதிலகை அந்தக் குளத்தை மணிமேகலைக்குக் காண்பித்தாள், ‘இந்தக் குளத்திற்கு ஒரு விசேஷம் உண்டு. ஒவ்வொரு வைகாச பௌர்ணமி தினத்தன்றும் இந்தக் குளத்திலிருந்து ஓர் அற்புதமான பாத்திரம் வெளிப்படும்.’

‘பாத்திரமா?’

‘ஆமாம். ஆனால் சாதாரணப் பாத்திரம் அல்ல. ஒருகாலத்தில் ஆபுத்திரன் என்பவனுடைய கையில் இருந்த மந்திரப் பாத்திரம் அது, அதன் பெயர் அமுதசுரபி.’ என்றாள் தீவதிலகை, ‘அந்த அமுதசுரபியில் நீ எந்த உணவை இட்டாலும் பலமடங்காகப் பெருகி வரும், எடுக்க எடுக்கக் குறையாது. எத்தனை பேர் வேண்டுமானாலும் சாப்பிடலாம்!’

‘அப்படியா?’ ஆச்சர்யத்தில் மணிமேகலையின் கண்கள் பெரிதாக விரிந்தன, ‘யார் அந்த ஆபுத்திரன்? இந்த அமுதசுரபி எப்படி அவனுக்குக் கிடைத்தது? பிறகு எப்படி இங்கே வந்துசேர்ந்தது? இப்போது ஆபுத்திரன் எங்கே இருக்கிறான்?’

‘அந்தக் கதையையெல்லாம் அறவணடிகள் உனக்கு விளக்கமாகச் சொல்வார்’ என்றாள் தீவதிலகை, ’இப்போது நான் சொல்வதைக் கவனமாகக் கேள், இன்றைக்கு வைகாச பௌர்ணமி. இன்னும் சற்று நேரத்தில் ஆபுத்திரனின் அமுதசுரபி இந்தக் குளத்தில் மேலே எழுந்து வரும். அப்போது நீ அதைப் பெற்றுக்கொள்.’

‘நானா?’

‘மணிமேகலை, இந்த உலகத்தையே பெரும்துன்பத்தில் ஆழ்த்தக்கூடிய ஒரு மிகப் பெரிய நோய், பசி. அந்தப் பசியைப் போக்கும் அற்புத மருந்து இந்த அமுதசுரபி. நீ அதை ஏற்றுக்கொண்டு இல்லாதவர்களுக்கு உணவு கொடுத்து

மகிழச்செய்யவேண்டும். உன்மூலம் இந்தப் பூமி மொத்தமும் நலம் பெறவேண்டும்!'

இப்போது மணிமேகலைக்கு தீவதிலகையின் நோக்கம் புரிந்தது. புத்த பீடத்தைக் கும்பிட்டு கோமுகிக் குளத்தைச் சுற்றிவந்தாள். அதன்முன்னே பக்தியோடு வணங்கி நின்றாள்.

மறுவிநாடி, கோமுகிக் குளத்திலிருந்து அமுதசுரபி மேலெழுந்து வந்தது. மணிமேகலையின் கைகளில் சென்று சேர்ந்தது!

23. தகுதியான கைகள்

அமுதசுரபிப் பாத்திரம் மணிமேகலையின் கைகளில் பட்டவுடன், அவள் ஓர் இணையற்ற பரவசத்தை அனுபவித்தாள்.

'புத்தபிரானே, போன பிறவியில் என் கணவன் அகாலமாக மரணமடைந்தான். அப்போது நானும் அவனோடு உயிர்விட்டேன். அந்த நேரத்தில் கடைசியாக என் மனத்தில் இருந்த நினைவு, நாங்கள் சாது சக்கரன் என்ற முனிவருக்கு உணவு கொடுத்த காட்சிதான்.'

'ஆகவே, அந்தப் பிறவி ஞாபகம் இப்போது இந்தப் பிறவியில் அமுதசுரபி என்னும் வரத்தைப் பெற்றுக்கொடுத்திருக்கிறது. உன் கருணைக்கு நன்றி!'

மணிமேகலை இப்படி வணங்கியவுடன் தீவதிலகையும் புத்தரை வழிபட்டாள். பசியின் கொடுமை, அமுதசுரபியின் சிறப்பைச் சொல்ல ஆரம்பித்தாள்.

'பசி என்பது, ஈவு இரக்கம் இல்லாத ஒரு நோய். அரசர்கள், குடிமக்கள், ஏழைகள், பணக்காரர்கள், வயதானவர்கள், இளையவர்கள், ஆண்கள், பெண்கள் என்று எல்லோரையும் பிடித்துக்கொள்ளக்கூடியது. இந்தப் பசி பற்றிவிட்டால்,

பெரிய குடும்பத்தில் பிறந்தவர்கள்கூடச் சீர்கெட்டுக் கீழே இறங்கிவிடுவார்கள், நன்றாகப் படித்தவர்கள்கூட அந்த ஞானத்தை மறந்து விநோதமாக நடந்துகொள்வார்கள், வெட்கம் கெட்டு, பழைய கௌரவத்தை மறந்து அடுத்தவர்களிடம் கையேந்திப் பிச்சை எடுக்கும் நிலைமைக்கு வந்துவிடுவார்கள்.'

'உனக்கு விஸ்வாமித்திர முனிவரைப்பற்றித் தெரியும்தானே? அவர் எப்பேர்ப்பட்ட ஞானி, இணையில்லாத தவசீலர், பல வரங்களையும் சக்திகளையும் பெற்றவர், அவரையும்கூட இந்தப் பசி அரக்கன் விட்டுவைக்கவில்லை.'

'அப்படியா?' நம்பமுடியாமல் கேட்டாள் மணிமேகலை, 'விஸ்வாமித்திரருக்கு என்ன ஆனது?'

'முன்பு ஒருமுறை, விஸ்வாமித்திரர் இருந்த நாடுமுழுவதும் மழை பெய்யவில்லை, எங்கு பார்த்தாலும் பஞ்சம், மக்கள் உணவு இல்லாமல் வாடினார்கள்.'

'விஸ்வாமித்திரரையும் பசி வாட்டியது. எங்கேயாவது சாப்பாடு கிடைக்குமா என்று நாடுமுழுக்கத் தேடி அலைந்தார். பலன் இல்லை. கடைசியில், வேறு வழியில்லாமல் அவர் ஒரு நாயின் இறைச்சியைத் தின்னவேண்டியிருந்தது.'

'அதன்பிறகு என்ன ஆயிற்று?'

'நல்லவேளையாக, இந்திரன் அந்த நாட்டுக்கு அருள் செய்தான். மழை வரத்தைக் கொடுத்துப் பஞ்சம் போக்கினான், பசியைத் தீர்த்தான்.'

'ஆனால் அப்போதும், அரக்கத்தனம் செய்யும் இந்தப் பசி முழுமையாக நீங்கிவிடவில்லை. அவ்வப்போது தலைகாட்டிப் பலரை வாட்டிவதைக்கிறது, வார்த்தைகளால் விவரிக்கமுடியாத அராஜகங்களைச் செய்கிறது' வருத்தத்துடன் சொன்னாள் தீவதிலகை, 'யாராவது இந்தப் பசி நோயை நிரந்தரமாக ஒழிக்கவேண்டும். அதைச் செய்துமுடித்தவர்கள் உலகத்தில் நீங்காத புகழைப் பெறுவார்கள்.'

'மணிமேகலை, ஏழைகளின் பசியை நீக்கி உணவு தருகிறவர்கள், அவர்களுக்கு உயிர் கொடுப்பவர்களாக இருக்கிறார்கள். அந்தப் பெரிய உண்மையை நீ உணர்ந்துகொண்டது எனக்கு மிகவும் மகிழ்ச்சி அளிக்கிறது!'

'ஆமாம் தீவதிலகை, இந்த அமுதசுரபிப் பாத்திரம் என் மனத்திலும் கருணையைச் சுரக்கச்செய்கிறது. இதன்மூலம் எல்லோருக்கும் உணவு வழங்கவேண்டும். பூமியை வளம்பெறச் செய்யவேண்டும் என்று விரும்புகிறேன்!'

'இந்த அமுதசுரபி மிகவும் தகுதியான கைகளுக்குதான் வந்துசேர்ந்திருக்கிறது மணிமேகலை. இனி நீ உன் ஊருக்குக் கிளம்பிச் செல்லலாம். உன்னால் எங்கும் தர்மம் வாழட்டும்! பசி நீங்கட்டும்!'

மணிமேகலை தீவதிலகையை வணங்கினாள். அவளிடம் விடைபெற்றுக்கொண்டு ஒரு கையில் அமுதசுரபியை ஏந்தியபடி வானில் எழுந்து பறந்தாள்.

அதேநேரம் பூம்புகாரில் மாதவியும் சுதமதியும் வேதனையோடு துடித்துக்கொண்டிருந்தார்கள், 'மணிமேகலா தெய்வம் சொன்ன ஏழாவது நாள் வந்துவிட்டதே, ஆனால் என் மகள் மணிமேகலை இன்னும் திரும்பிவரவில்லையே!'

அவர்கள் இப்படிக் கவலையோடு பேசிக்கொண்டிருக்கும்போதே, மணிமேகலை அங்கே தோன்றினாள், 'அம்மா, கலங்கவேண்டாம், நான் பத்திரமாகத் திரும்பி வந்துவிட்டேன்!'

மணிமேகலையைப் பார்த்தவுடன்தான் மாதவிக்கும் சுதமதிக்கும் நிம்மதி திரும்பியது. மகிழ்ச்சியோடு அவளைக் கட்டிக்கொண்டார்கள்.

'அம்மா, சுதமதி, நீங்கள் இருவரும் போன பிறவியில் தாரை, வீரை என்ற பெயரில் என்னுடைய சகோதரிகளாக இருந்தீர்கள், இப்போதும் நாம் அதேபோல் ஒன்றுசேர்ந்திருக்கிறோம். கடவுளுக்கு நன்றி!'

‘மணிமேகலை, உன் கையில் என்ன அது பாத்திரம்?’

‘இதன் பெயர் அமுதசுரபி’ என்றாள் மணிமேகலை, ‘இந்த உலகின் பசித் துன்பத்தைப் போக்கக்கூடிய பெரிய சக்தி இது. நீங்களும் இதை வணங்குங்கள்.’

மணிமேகலை, மாதவி, சுதமதி மூவரும் அமுதசுரபியைப் பணிந்து வணங்கினார்கள். பின்னர் ‘அமுதசுரபியைப்பற்றி இன்னும் கொஞ்சம் விளக்கமாகச் சொல் மணிமேகலை’ என்று கேட்டுக்கொண்டாள் மாதவி.

‘அம்மா, அது எனக்கே முழுமையாகத் தெரியாத வரலாறு. இதனை நன்கு உணர்ந்தவர் அறவணடிகள்தான்!’

‘அப்படியானால், நாம் எல்லோரும் அறவணடிகளைப் பார்க்கச் செல்வோமா?’

‘நல்ல யோசனை’ என்றாள் மணிமேகலை. அவர்கள் உடனடியாகப் புறப்பட்டார்கள்.

24. நல்ல காலம் வரும்!

மணிமேகலை அறவணடிகளின் பாதம் பணிந்து எழுந்தாள்.

அறவணடிகள் முகத்தில் எல்லாம் அறிந்த அமைதி. அவள் கையில் இருந்த பாத்திரத்தைச் சுட்டிக்காட்டி, 'அது அமுதசுரபிதானே?' என்றார் தெரியாததுபோல்.

'ஆமாம் குருதேவா' என்றாள் மணிமேகலை.

'அந்தத் தெய்வப் பாத்திரம் எப்படி உன் கைகளுக்கு வந்தது?'

மணிமேகலை அந்தக் கதையை விரிவாகச் சொன்னாள். கடைசியாக, அமுதசுரபியின் கதையை அறவணடிகள் சொல்வார் என்று தீவதிலகை சொன்னதையும் குறிப்பிட்டாள்.

'சொல்கிறேன்' என்றார் அறவணடிகள், 'அதற்குமுன்னால், உங்களுடைய முன்பிறவியைப்பற்றிக் கொஞ்சம் சொல்லவேண்டும்.'

'பல வருடங்களுக்குமுன்னால், புத்தபெருமானின் காலடிகள் பதிந்த பாத பங்கய மலையை வணங்குவதற்காகச் சென்றிருந்தேன். அங்கே துச்சயன் என்ற அரசனைச் சந்தித்தேன்.'

'இந்த துச்சயன், வேறு யாரும் இல்லை. இப்போது நீ சொன்னாயே, அந்தத் தாரை, வீரை சகோதரிகளின் கணவன்தான், அப்போது அவன் கச்சய நாட்டை ஆட்சி செய்துகொண்டிருந்தான்.'

அறவணடிகளைப் பார்த்தவுடன், துச்சயன் பணிவாக வணங்கினான். அவருக்கு முறைப்படி மரியாதை செய்தான்.

துச்சயனுக்கு ஆசி வழங்கிய அறவணடிகள், 'என்னப்பா? நீயும் உன் நாடும் நலமா? உன்னுடைய மனைவிகள் இருவரும் நலமா?' என்று விசாரித்தார்.

அவ்வளவுதான். துச்சயன் கண்களில் நீர் கொட்ட ஆரம்பித்தது. தன்னைத்தானே கட்டுப்படுத்திக்கொள்ளமுடியாமல் கதறி அழத் தொடங்கினான் அவன்.

'அரசனே, என்ன ஆனது? ஏன் இப்படி அழுகிறாய்?' என்று பதறினார் முனிவர், 'எதுவானாலும் தயங்காமல் என்னிடம் சொல்!'

'முனிவரே, கொஞ்ச நாள்முன்பு நான் புதிதாக ஒரு யானை வாங்கியிருந்தேன். அந்த யானை இன்னும் பழக்கப்படவில்லை என்பதால் அதைப் பத்திரமாக ஓர் இடத்தில் கட்டிப்போட்டிருந்தோம்.'

'இந்த விஷயம் என்னுடைய மனைவி வீரைக்குத் தெரியாது. அவள் சாதாரணமாக அந்தப் பக்கம் போக, யானை அவளைத் தாக்கிக் கொன்றுவிட்டது.'

'வீரை இறந்த செய்தி கேட்டதும், அவளுடைய சகோதரி தாரைக்கு மனம் தாங்கவில்லை. அவளும் மேலிருந்து கீழே விழுந்து இறந்துவிட்டாள்!' என்றான் துச்சயன், 'என்னுடைய அன்பான மனைவிகள் இருவரையும் ஒரே நாளில் இழந்துவிட்டேன். நான் என்ன பாவம் செய்தேனோ!'

'துச்சயா, இது உன்னுடைய பாவத்தால் நிகழ்ந்தது அல்ல. தாரையும் வீரையும் முன்பிறவியில் செய்த வினைகளுடைய விளைவு' என்றார் துச்சயன், 'பெரிய இழப்புதான். ஆனாலும்,

நீயே இப்படி மனம் கலங்கியிருந்தால் உன் நாடு என்ன ஆகும்? உன்னுடைய மக்களை நினைத்து நீ உனது மனத்தைத் தேற்றிக்கொள்ளவேண்டும். எல்லாம் நல்லபடி நடக்கும்.'

அறவணடிகள் சொன்ன சம்பவங்களை மணிமேகலையும் மாதவியும் சுதமதியும் வியப்போடு கேட்டுக்கொண்டிருந்தார்கள். இதெல்லாம் தங்களுடைய முன்பிறவி நிகழ்வுகள் என்று நினைக்கும்போது அவர்களுடைய ஆச்சர்யம் இன்னும் பலமடங்கு அதிகரித்தது.

'நாடகம் நடக்கும் அரங்கில், நடிகர்கள் ஒரு காட்சியில் முனிவராக வருவார்கள், அடுத்த காட்சியில் அந்த வேஷத்தைக் கலைத்துவிட்டு வேறு ஒப்பனை செய்துகொண்டு அரக்கர்களைப்போல் தோன்றுவார்கள். அதுபோல, அப்போது தாரை, வீரையாக இருந்த நீங்கள் இப்போது மாதவி, சுதமதியாகப் பிறந்திருக்கிறீர்கள்!'

மாதவி, சுதமதியின் கதையைச் சொல்லிமுடித்த அறவணடிகள் மணிமேகலையைப் பார்த்தார், 'பெண்ணே, இந்த உலகத்தில் தீமைகள் அதிகரித்துக்கொண்டிருக்கின்றன, தர்மம் ஒடுங்கிப் போயிருக்கிறது. நல்ல பாதையை மோசமான முள்கள் வழிமறிப்பதுபோல் மக்கள் அறத்தின் வழியே செல்லமுடியாமல் தவறான பாதைகளில் சென்றுகொண்டிருக்கிறார்கள்.'

'இங்கிருந்து தொலைதூரத்தில் சூரிய மண்டலம் உண்டு என்பதை நாம் உணரமுடியும். ஆனால் அதைக் கண்ணால் பார்த்து அறிவது சாத்தியமில்லை. அதுபோல, நல்ல அறநெறிகளையும் நான் நேரில் பார்த்தால்தான் நம்புவேன் என்று பிடிவாதம் பிடிக்கக்கூடாது. மற்றவர்கள் உணர்த்துவதை வைத்துதான் புரிந்துகொள்ளவேண்டும். அது நம்முடைய கடமை!'

அறவணடிகள் உலகத்தின் இன்றைய நிலைமையை விவரித்தவுடன் மணிமேகலைக்கு இனம் புரியாத பயம் ஏற்பட்டது, 'இந்தப் பூமியை மாற்றவேமுடியாதா? நல்ல கருத்துகளை, வழிமுறைகளைச் சொல்லித்தர வழியே இல்லையா?'

'உண்டு. ஆனால் அதை ஒரு ராத்திரியில் யாரும் செய்துமுடித்துவிடமுடியாது' என்றார் அறவணடிகள், 'ஒரு சிறிய ஓட்டையின்வழியே ஒட்டுமொத்தக் கடல் நீரும் பாயவேண்டும் என்று எதிர்பார்க்கக்கூடாது. அதேசமயம் அதில் கொஞ்சம் கொஞ்சமாகத் தண்ணீர் கசிந்து வரும். அதுபோல நல்ல விஷயங்களைக் கொஞ்சம் கொஞ்சமாக மக்களுக்கு எடுத்துச்சொல்லலாம். அந்த நம்பிக்கையில்தான் தினந்தோறும் நான் என்னுடைய சொற்பொழிவுகளை நிகழ்த்திக்கொண்டிருக்கிறேன்!'

'ஆனால், இதுபோன்ற அறவுரைகளைக் கேட்டு மக்கள் தெளிவு பெறுவதாகத் தோன்றவில்லை. அவர்கள் எப்போதும்போல் தவறு செய்துகொண்டுதான் இருக்கிறார்கள்.'

'இந்த நிலைமை எப்போது மாறும்?'

'புத்தபெருமானின் அருளை இந்த உலகம் புரிந்துகொள்ளும் போதுதான் நல்ல காலம் வரும். அப்போது ஒரு சிறிய கால்வாயின்வழியே பெரிய வெள்ளம் பாய்ந்து செல்வதுபோல் மக்கள் ஒழுக்க நெறிகளைப் உணர்ந்துகொள்வார்கள். புத்தர் எனும் சூரியனின் வெளிச்சத்தில், அவர்களுடைய மனத்தில் இருக்கும் அழுக்கு நீங்கும். கோள்கள் ஒழுங்காக இயங்கும், மழை பெய்யும், பூமியெங்கும் பயிர்கள் செழிக்கும், வளம் பெருகும், பறவைகள், விலங்குகள்கூடத் தங்களுக்குள் பகைமை பாராட்டாமல் சேர்ந்து பழகும். மனிதர்கள் எந்தத் துன்பமும் இன்றி மகிழ்ச்சியோடு வாழ்வார்கள்.'

'மணிமேகலை, அந்த நாள் வரும்வரை, அமுதசுரபிபோன்ற பசி நீக்கும் பாத்திரங்களுக்குத் தேவை இருக்கிறது. இதைக் கொண்டு உயிர்களின் பசிக் கொடுமையைப் போக்கவேண்டியது உன் கடமை!' என்று அறிவுறுத்தினார் அறவணடிகள், 'இப்போது, உனக்கு ஆபுத்திரனின் வரலாறைச் சொல்கிறேன், கேள்!'

25. பசுவின் மகன்

காசி மாநகரம்.

அங்கே வேதம் ஓதும் அந்தணர்கள் பலர் வாழ்ந்துவந்தார்கள். அவர்களில் ஒருவர், அபஞ்சிகன். அவருடைய மனைவி பெயர், சாலி.

இந்தச் சாலி, ஒரு தவறு செய்துவிட்டாள். ஒழுக்க நெறிகளை மீறித் தன்னுடைய கற்பைப் பறிகொடுத்துவிட்டாள்.

தப்பு செய்யும்போது பயம் வருவதில்லை. அது வெளியே தெரிந்துவிடுமோ என்று நினைக்கும்போதுதான் அச்சம் நம்மைப் பிடித்து ஆட்டுகிறது.

அப்போது சாலியின் வயிற்றில் ஒரு குழந்தை வளர்ந்து கொண்டிருந்தது. தவறான வழியில் கருவான இந்தக் குழந்தை பிறந்துவிட்டால், ஊர் என்ன சொல்லுமோ, தனக்கு என்ன தண்டனை கிடைக்குமோ என்று அவளுக்குப் பயம்.

ஆகவே, சாலி காசியிலிருந்து புறப்பட்டு தென் திசைக் குமரிக்கு வந்தாள். இங்கே ஒரு தோட்டத்தில் தன்னுடைய குழந்தையைத் தனியே விட்டுச் சென்றுவிட்டாள்.

பாவம் அந்தக் குழந்தை. நள்ளிரவு நேரத்தில் தன்னைக் காப்பாற்றுபவர்கள் யாரும் இல்லாமல் குளிரில், பசியில் துடித்து அழுதது. அதன் கதறல் குரலைக் கேட்கக்கூட எவரும் வரவில்லை.

அப்போது அந்தத் தோட்டத்தில் உலவிக்கொண்டிருந்த ஒரு பசு, குழந்தையின் அழுகுரலைக் கேட்டது. ஓடிவந்து அதை அன்பாக நக்கிக்கொடுத்தது. அதற்குப் பாலூட்டிப் பசி தீர்த்தது.

இப்படி ஒருநாள், இரண்டு நாள் இல்லை, ஒரு வாரம்வரை அந்த ஆண் குழந்தை பசுவின் அரவணைப்பில் வளர்ந்தது. ஒரு வேளை தவறாமல் அதற்குப் பால் கொடுத்துப் பத்திரமாகப் பார்த்துக்கொண்டது அந்தப் பசு.

இதைப் பார்த்த எல்லோருக்கும் ஆச்சர்யம். அதேசமயம் வருத்தமும்கூட, ‘பாவம் இந்தப் பையன், இன்னும் எத்தனை நாளைக்குத்தான் ஒரு பசுவின் மகனாக, ஆபுத்திரனாக இவனால் வளரமுடியும்? இவனை ஏற்றுக்கொண்டு பாதுகாத்து வளர்க்கக்கூடியவர்கள் வேறு யாரும் இல்லையா?’

இருந்தார்கள். அந்த ஊரில் அல்ல. பக்கத்தில் உள்ள வயனங்கோடு என்கிற ஊரில்.

வயனங்கோட்டை சேர்ந்த இளம்பூதி என்ற அந்தணனுக்குப் பல வருடங்களாகக் குழந்தையே இல்லை. அவனும் அவன் மனைவியும் பிள்ளை வரம் வேண்டிக் கடவுளை வேண்டிக்கொண்டிருந்தார்கள்.

ஒருநாள், இளம்பூதி அந்தத் தோட்டத்தின் வழியே வந்தான். அழுகிற குழந்தையைப் பார்த்தவுடன் பாய்ந்து தூக்கிக்கொண்டான், ‘கடவுளின் கருணையே கருணை! பிள்ளை இல்லாமல் ஏங்கிய எனக்கு அவர் ஓர் ஆண் குழந்தையை அனுப்பிவைத்திருக்கிறார்’ என்று ஆனந்தக் கூத்தாடினான். குழந்தையை முத்தங்களால் குளிப்பாட்டினான்.

அதன்பிறகு, ஆபுத்திரனுக்கு எந்தக் குறையும் இல்லை. தவம் இருந்து பெற்ற தங்கள் மகனை இளம்பூதியும் அவன்

மனைவியும் அன்பாகக் கவனித்துக்கொண்டார்கள். எந்தக் குறையும் இல்லாதபடி வளர்த்தார்கள்.

ஆபுத்திரன் கல்வி கற்கும் வயது வந்தவுடன், அவனுக்கு வேதங்களைச் சொல்லித்தர ஆரம்பித்தான் இளம்பூதி. அவனும் அதைச் சிறப்பாகப் புரிந்துகொண்டு அடுத்தவர்களுக்கும் விளக்கிச்சொல்லத் தொடங்கினான்.

இதனால், இளம்பூதிக்குப் பெருமை தாங்கவில்லை. 'இந்தச் சின்ன வயதிலேயே என் மகனுக்கு எப்பேர்ப்பட்ட பக்தி, ஞானம்!' என்று பூரித்தான். மகனைக் கொண்டாடினான்.

ஒருநாள், சிறுவன் ஆபுத்திரன் அந்த ஊர்த் தெருக்களில் ஓடி விளையாடிக்கொண்டிருந்தான். அப்போது, ஒரு வீட்டில் கட்டிப்போடப்பட்டிருந்த பசுமாட்டைப் பார்த்தான்.

ஆபுத்திரன் பசுவால் காப்பாற்றப்பட்டு வளர்ந்தவன்தானே? இங்கே இன்னொரு பசு படுகிற துன்பத்தை அவனால் பொறுத்துக்கொள்ளமுடியவில்லை. கண்களில் நீர் விட்டுக் கதறி அழுதான்.

வெறுமனே அழுதால்மட்டும் போதுமா? இந்தப் பசுவைக் காப்பாற்றுவதற்கு ஏதாவது செய்யவேண்டும் என்று துடித்தான் ஆபுத்திரன்.

'ஆனால், என்னால் என்ன செய்யமுடியும்?' ஆபுத்திரன் யோசித்தான், 'இந்த வீட்டுக்காரர் பசுவைக் காசு கொடுத்து வாங்கியிருக்கிறார். கட்டிப்போட்டிருக்கிறார். அது அவருடைய உரிமை!'

'இப்போது, நான் இந்தப் பசுவை அவிழ்த்துவிட்டு விடுதலை செய்யமுடியாது. அப்படிச் செய்தால் அது நியாயம் அல்ல!'

என்ன செய்யலாம்? வீட்டுக்காரரைச் சந்தித்து, 'பசு பாவம், விட்டுவிடுங்கள்' என்று கேட்கலாமா?

ம்ஹூம், அப்படிச் சொன்னால் யாரும் கேட்கமாட்டார்கள்.

'என்னுடைய பசுவை நான் என்ன வேண்டுமானாலும் செய்வேன். நீ யார் கேட்பதற்கு?' என்று விரட்டிவிடுவார்கள்!

பலவிதமாக யோசித்தபிறகு, ஆபுத்திரன் ஒரு முடிவுக்கு வந்தான், 'இந்த விஷயத்தில் நியாயத்தைவிட தர்மம்தான் முக்கியம். நான் எப்படியாவது இந்தப் பசுவை விடுவித்தாகவேண்டும்!'

'இன்று இரவு, எல்லோரும் தூங்கியபிறகு நான் இங்கே வருவேன். இந்தப் பசுவை விடுதலை செய்வேன்!'

திட்டமிட்டபடி, அன்று நள்ளிரவு ஆபுத்திரன் அங்கே திரும்பிவந்தான். யாருக்கும் தெரியாமல் பசுவை விடுவித்துக் கொண்டுசென்றான்.

பாவம், சிறுவன் ஆபுத்திரனுக்குச் சட்டம் தெரியவில்லை. அவன் செய்தது உயர்ந்த தர்மச்செயலாக இருக்கலாம். ஆனால் உலகத்தின் பார்வையில் அதற்குப் பெயர், திருட்டு!

26. திருட்டுப்பயல்!

சின்னப் பையன். அத்தனை பெரிய பசுவை இழுத்துக்கொண்டு எவ்வளவு தூரம் ஓடமுடியும்?

அந்த ஊர் மக்கள் ஆபுத்திரனை விரட்டிப் பிடித்துவிட்டார்கள், 'திருட்டுப்பயலே' என்று அவனைத் திட்டி அவமானப்படுத்தினார்கள், 'ஒழுங்காக நடந்ததைச் சொல், இல்லையென்றால் உனக்குக் கடுமையான தண்டனை கொடுப்போம்' என்று அடித்து உதைத்து மிரட்டினார்கள்.

இவர்கள் இப்படி ஆபுத்திரனைப் பிடித்துத் துன்புறுத்துவதைப் பார்த்து அந்தப் பசு வருந்தியது, 'என்னைக் காப்பாற்றிய இந்தச் சிறுவனை இப்போது நான் காப்பாற்றவேண்டும்' என்று புரிந்துகொண்டது.

மறுவிநாடி, அந்தப் பசு ஆவேசமாகப் பாய்ந்தது. ஆபுத்திரனை அடித்துத் துவைத்துக்கொண்டிருந்த ஒருவருடைய குடலைக் குத்தி மாலையாகப் போட்டுக்கொண்டது.

இப்போது, மக்கள் நடுங்கிப்போய் பின்வாங்கினார்கள். பசுவை பயத்தோடு பார்த்தபடி தள்ளி நின்றார்கள்.

இத்தனை அடிவாங்கியபோதும் ஆபுத்திரன் முகத்தில் கோபமோ வருத்தமோ இல்லை. கண்களில் நீர் வடிய, தன்னுடைய ஊர் மக்களைப் பார்த்துப் பேசத் தொடங்கினான்.

'ஜனங்களே, தயவுசெய்து கோபப்படாதீர்கள். நான் சொல்வதைக் கொஞ்சம் நிதானமாகக் கேளுங்கள்.'

'இந்தப் பசு உங்களுக்கு என்ன துன்பம் செய்தது? உலக மக்களையெல்லாம் தன்னுடைய குழந்தைகளாக நினைத்துப் பால் கொடுக்கிறதே, அது தவறா? ஏன் இதைப் பிடித்துக் கட்டிப்போட்டுக் கஷ்டப்படுத்துகிறீர்கள்? எந்த மிருகத்தையும் துன்புறுத்துவது தர்மம் அல்ல என்று உங்களுக்குத் தெரியாதா?'

ஆபுத்திரன் இப்படி நெஞ்சுருகப் பேசியபோதும், அங்கிருந்தவர்கள் மனம் மாறவில்லை, 'நீ சாதாரணப் பசுவின் மகன்தானே? அதனால்தான் இப்படி மாட்டுக்கு ஆதரவாகப் பேசுகிறாய்' என்று கேலி செய்தார்கள்.

'பசுவின் மகனாக இருப்பதில் என்ன தவறு? அசல முனிவர் ஒரு மானுக்கு மகனாகப் பிறந்தவர், விரிஞ்சி முனிவர் ஒரு புலிக்குப் பிள்ளையாகப் பிறந்தவர், கேச கம்பள முனிவர் ஒரு நரியின் மகனாகப் பிறந்தவர். இவர்களையெல்லாம் முனிவர்களாக ஏற்றுக்கொண்டு போற்றுகிறீர்கள். ஆனால் என்னைமட்டும் அவமானப்படுத்துகிறீர்களே இது நியாயமா?'

ஆபுத்திரனின் பேச்சில் தெரிந்த சாமர்த்தியமும் நியாயமும் அந்த மக்களை இன்னும் கோபப்படுத்தியது, 'நீ ஒன்றும் பசுவின் மகன் அல்ல, அந்தப் பெரிய முனிவர்களுக்கு இணையானவனும் அல்ல' என்றான் ஒருவன், 'உன்னுடைய உண்மையான தாய் யார் என்பது எனக்குத் தெரியும்!'

'அப்படியா!' மற்ற ஜனங்களுக்கு ஆர்வம் தாங்கவில்லை, 'சீக்கிரம் சொல், இந்தத் திருட்டுப்பயலைப் பெற்றவள் யார்?' என்று ஆவலோடு விசாரித்தார்கள்.

'இவனுடைய தாய் பெயர் சாலி, ஒழுக்க நெறி தவறியவள், காசி நகரத்திலிருந்து இங்கே வந்தாள், இவனைப் பெற்றாள்,

ஒரு தோட்டத்தில் அனாதையாக விட்டுச் சென்றாள், இதுதான் இந்த ஆபுத்திரனின் கதை!'

இப்போது கூட்டம் மொத்தமும் ஆபுத்திரனைப் பார்த்து விழுந்து விழுந்து சிரித்தது. 'தப்பான வழியில் பிறந்த பயலே' என்று இழிவுபடுத்தியது, 'இந்தப் பயல் அசிங்கம் பிடித்தவன். இவனை யாரும் தொடாதீர்கள்!' என்றது.

அப்போதும், ஆபுத்திரன் கலங்கவில்லை. மெல்லச் சிரித்தான், 'உங்களுக்கு வசிஷ்டர், அகத்தியரின் கதை தெரியுமா?' என்றான்.

'திருட்டுப்பயலே, உனக்கு எவ்வளவு திமிர்! செய்கிற தப்பையெல்லாம் செய்துவிட்டு அந்த மாமுனிவர்களைப்பற்றி ஏன் பேசுகிறாய்?'

'நீங்கள் சொல்லும் அந்த மாமுனிவர்கள்கூட, தவறான வழியில் பிறந்தவர்கள்தான். அவர்களை ஏற்றுக்கொள்ளும் நீங்கள் என்னைமட்டும் இழிவுபடுத்துவது ஏன்?'

அப்போது அங்கே யாரோ வருகிற சலசலப்பு கேட்டது. திரும்பிப் பார்த்தால், ஆபுத்திரனின் வளர்ப்புத் தந்தை இளம்பூதி!

தந்தையைப் பார்த்தவுடன் ஆபுத்திரன் மரியாதையோடு வணங்கினான். ஆனால் இளம்பூதி அவனைக் கோபத்தோடு பார்த்தான்.

'ஆபுத்திரா, உன்னை அன்பாகக் கவனித்து வளர்த்த எங்களை நீ நன்றாக அவமானப்படுத்திவிட்டாய்' ஆத்திரத்தோடு கத்தினான் இளம்பூதி, 'இனிமேல் நீ எங்கள் முகத்திலேயே விழிக்கக்கூடாது. ஒரு திருடனுக்கு எங்களுடைய வீட்டில் இடம் இல்லை! வெளியே போ!'

27. சிந்தாதேவியின் அருள்

ஆபுத்திரன் ரொம்பப் பாவம்!

அவனுக்குத் தன்னுடைய தந்தை யார் என்று தெரியாது. தாயும் அவன் பிறந்தவுடன் விட்டு நீங்கிவிட்டாள். பால் கொடுத்துக் காப்பாற்றிய அந்தப் பசுவைக்கூட அவன் இதுவரை பார்த்தது கிடையாது. தத்தெடுத்து வளர்த்த பெற்றோரும் இப்போது அவனைக் கைவிட்டுவிட்டார்கள்.

வேறுவழியில்லாமல், ஆபுத்திரன் பிச்சையெடுக்க ஆரம்பித்தான். ஒவ்வொரு வீடாகச் சென்று, 'ஐயா, அம்மா, உணவு தாருங்கள்' என்று கெஞ்சினான்.

அவனுடைய மழலைக் குரலின் இறைஞ்சலைக் கேட்டபோதும் அந்த ஊருக்கு இரக்கம் பிறக்கவில்லை, 'ஏய் திருடா' என்று விரட்டினார்கள், சாப்பாட்டுப் பாத்திரத்தில் கல்லைப் போட்டு அவமானப்படுத்தினார்கள். ஆபுத்திரன் பல நாள் பட்டினி கிடந்தான். அதற்குமேல் அந்த ஊரில் வாழமுடியாது என்று புரிந்துகொண்டு வேறு இடம் தேடிப் புறப்பட்டான்.

அவனுடைய பயணப் பாதையில் தென்மதுரை நகரம் எதிர்ப்பட்டது. அந்த ஊரில் பல பணக்காரர்கள் வாழ்ந்துகொண்டிருந்தார்கள். அவர்கள் மத்தியில் தர்ம சிந்தனை கொண்டவர்களும் நிறையப் பேர் இருப்பார்கள்

என்கிற நம்பிக்கையில் ஆபுத்திரன் அங்கேயே தங்கிவிட முடிவெடுத்தான்.

ஆபுத்திரன் நினைத்ததுபோலவே, தென்மதுரை அவனை அன்பாக ஆதரித்தது. அந்த ஊர் மக்கள் அவன் நினைத்ததைவிட அதிகமாகவே உணவு கொடுத்து அரவணைத்தார்கள்.

தென்மதுரையில் சிந்தாதேவிக் கோயில் அருகே உள்ள அம்பலத்தில் ஆபுத்திரன் தங்கிக்கொண்டான். தினந்தோறும் பிச்சைப் பாத்திரத்தோடு தெருத்தெருவாகச் செல்வான். அந்த ஊர் ஜனங்களின் கருணையால் அந்தப் பாத்திரம் நிரம்பி வழிந்தது. ஆபுத்திரன் தங்கியிருந்த அம்பலத்தில் இன்னும் பல ஏழைகள், ஆதரவற்றோர் இருந்தார்கள். அவர்களில் பலருக்குக் கண் இல்லை, காது கேட்காது, கால், கை முடங்கிப்போயிருந்தது, வேறு பல நோய்களும் அவர்களை ஆக்கிரமித்திருந்தன.

இதனால், அவர்கள் வேலை செய்யவும்முடியவில்லை, வெளியே சென்று பிச்சை எடுக்கவும் முடியவில்லை. யாராவது ஏதாவது தரமாட்டார்களா என்கிற ஏக்கத்தோடு பசியில் கிடந்தார்கள்.

அவர்களைப் பார்க்கும்போது ஆபுத்திரனின் மனத்தில் கருணை சுரந்தது. தன்னுடைய பிச்சைப் பாத்திரத்தில் நிரம்பியிருந்த உணவை அவர்களுக்கெல்லாம் பகிர்ந்து கொடுத்தான். அவர்கள் திருப்தியாகச் சாப்பிடுவதைப் பார்த்து மகிழ்ந்தான்.

எல்லோரும் சாப்பிட்டதுபோக ஏதாவது மீதம் இருந்தால், ஆபுத்திரனும் கொஞ்சம் சாப்பிடுவான். அப்புறம் அந்தப் பிச்சைப் பாத்திரத்தையே தலைக்கு வைத்துக்கொண்டு தூங்கிவிடுவான்.

இப்படி ஒவ்வொரு நாளும் பிச்சை எடுப்பது, அதைத் தானமாக வழங்குவது என்று வாழ்ந்துகொண்டிருந்தான் ஆபுத்திரன். இதனால், இந்தச் சிறிய வயதிலேயே அவன் பெரிய தர்ம சிந்தனை கொண்டவனாக வளர்ந்திருந்தான்.

ஒருநாள், நன்றாக மழை பெய்தது. நள்ளிரவு நேரம், இருட்டில்

கஷ்டப்பட்டுத் தட்டுத்தடுமாறிச் சிலர் நடந்துவந்தார்கள். ஆபுத்திரன் தங்கியிருந்த அம்பலத்துக்கு வந்தார்கள், 'ஐயா, பசிக்கிறது' என்றார்கள்.

ஆபுத்திரனுக்கு அதிர்ச்சி. காரணம், அவனுடைய பிச்சைப் பாத்திரம் காலியாக இருந்தது. அன்றைக்குக் கிடைத்த உணவையெல்லாம் எல்லோருக்கும் கொடுத்து, அவனும் சாப்பிட்டுமுடித்துப் பாத்திரத்தைக் கழுவி வைத்துவிட்டான்.

ஆனால் இப்போது, இவர்கள் திடீரென்று வந்து நிற்கிறார்கள். பசி என்று கெஞ்சுகிறார்கள். இவர்களுக்கு எங்கிருந்து சாப்பாடு போடுவது? ஆபுத்திரன் தவித்தான்.

அவனுடைய வருத்தத்தைப் பார்த்த சிந்தாதேவி தெய்வம் மனம் இரங்கியது. அவன்முன்னே தோன்றியது, 'ஆபுத்திரனே, கவலைப்படாதே' என்று சொல்லித் தன் கையில் இருந்த பாத்திரத்தை அவனுக்குக் கொடுத்தது, 'இந்தப் பாத்திரத்தில் எப்போதும் உணவு குறையாது. நாடுமுழுவதும் பஞ்சம் தலைவிரித்து ஆடினால்கூட, இதில் சாப்பாடு நிரம்பிப் பெருகிக்கொண்டே இருக்கும். இதை வைத்து நீ எல்லோருக்கும் உணவு அளித்து, பசியைப் போக்கி நல்லது செய்வாய்!'

இதைக் கேட்ட ஆபுத்திரன் ஆனந்தக் கூத்தாடினான். 'எப்பேர்ப்பட்ட வரத்தை எனக்கு அருளியிருக்கிறாய், சிந்தாதேவியே, உனக்கு நன்றி!' என்று மகிழ்ச்சியோடு போற்றினான். ராத்திரி நேரத்தில் பசி என்று வந்தவர்களுக்கு அந்தப் பாத்திரத்திலிருந்து உணவு அளித்துக் காப்பாற்றினான்.

அதன்பிறகு, ஆபுத்திரன் ஒவ்வொரு தெருவாகச் சென்று பிச்சை எடுக்கவேண்டிய அவசியமே ஏற்படவில்லை. அவன் கையில் இருந்த அமுதசுரபியில் எப்போதும் உணவு பொங்கி வழிந்தது. அதை இல்லாதவர்களுக்குக் கொடுத்து மகிழ்ந்தான் அவன்!

28. இந்திரனின் கோபம்

அன்றைக்கு ஒரு முதியவர் ஆபுத்திரனைப் பார்க்க வந்திருந்தார்.

அவர் உடம்பெல்லாம் காலம் கோடு கிழித்திருந்தது. கூன் முதுகு. தளர்ந்த நடை. நடுங்கும் தேகம். தடுமாறும் பேச்சு.

ஆபுத்திரன் அவரை வரவேற்றான், 'வாருங்கள் ஐயா, நலமாக இருக்கிறீர்களா?' என்று விசாரித்து வணங்கி நின்றான்.

முதியவர் சிரித்தார், 'ஆபுத்திரனே, நீ பெரிய வள்ளல் என்று கேள்விப்பட்டேன், அமுதசுரபியைக்கொண்டு எல்லோருக்கும் அன்னம் இடுகிறாயாமே, உன்னைப்பற்றி ஊர்முழுக்கப் பெருமையாகப் பேசிக்கொள்கிறார்கள்!'

'எல்லாம் சிந்தாதேவி அருள்' என்றான் ஆபுத்திரன், 'உங்களைப் பார்த்தால் நிறைய தூரம் பயணம் செய்து வந்தவரைப்போலத் தெரிகிறது!'

'ஆமாம், ரொம்ப தூரம்தான்' என்றார் அந்த முதியவர்.

'பயணக் களைப்பு மிகவும் அதிகமாக இருக்கும், ஏதாவது சாப்பிடுகிறீர்களா?'

முதியவர் மீண்டும் குறும்பாகச் சிரித்தார், 'எனக்குத் தானம் வாங்கிப் பழக்கம் இல்லை ஆபுத்திரனே, நான் உனக்குத் தானம் கொடுப்பதற்காகத்தான் இங்கே வந்தேன்!'

'என்ன சொல்கிறீர்கள்? எனக்கு விளங்கவில்லையே!'

மறுவிநாடி அந்த முதியவர் மறைந்தார். அங்கே தேவர்களின் தலைவனாகிய இந்திரன் நின்றிருந்தார், 'ஆபுத்திரனே, உன்னுடைய இணையற்ற தர்மச் செயலுக்கு எப்பேர்ப்பட்ட வரம் கொடுத்தாலும் தகும். உனக்கு என்ன வேண்டும்? தயங்காமல் கேள்!'

ஆபுத்திரன் ஆச்சர்யப்படவில்லை. நிறுத்தாமல் விழுந்து விழுந்து சிரிக்க ஆரம்பித்துவிட்டான்.

இந்திரனுக்குக் கோபம். 'ஏன் சிரிக்கிறாய்?' என்று அதட்டலாகக் கேட்டார்.

'ஒவ்வொரு நாளும் பசியோடு வருகிறவர்களுக்குச் சாப்பாடு கொடுத்து அவர்கள் மகிழ்ச்சியோடு சிரிப்பதைக் கண்ணெதிரே பார்த்துக்கொண்டிருக்கிறேன். இதைவிடப் பெரிய வரம் எனக்கு எதற்கு?' என்றான் ஆபுத்திரன், 'இந்திரனே, நீங்கள் தேவர்கள் தலைவனாக இருக்கலாம். ஆனால் என்னைப் பொறுத்தவரை இந்த அமுதசுரபி என் கையில் உள்ளவரை வேறு எந்த வரமும் எனக்குத் தேவையில்லை. வந்த வழியே திரும்பிச் சென்றுவிடுங்கள்!'

அவன் இப்படிச் சொன்னவுடன் இந்திரனுக்கு ஆத்திரம் அதிகரித்தது. இதுவரை வேறு யாரும் அவர் தருகிற வரத்தை மறுத்ததே கிடையாது, தாங்கமுடியாத அவமானத்தில் அவரது உடல் கூனிக் குறுகியது. எப்படியாவது ஆபுத்திரனைப் பழிவாங்கவேண்டும் என்று துடித்தார்.

'ஆபுத்திரன் இப்படித் திமிராகப் பேசுகிறான் என்றால் அதற்கு என்ன காரணம்? அவன் கையில் உள்ள அமுதசுரபிதானே? அதில் எல்லோருக்கும் உணவு கொடுக்கிறோம் என்கிற ஆணவம்தானே?'

'ஒருவேளை, உணவுக்காக யாரும் இவனைத் தேடிவராவிட்டால்? அப்போது இவன் எப்படி வள்ளலாகமுடியும்? அமுதசுரபியில் பொங்கி வருகிற சாப்பாட்டை யாருக்கும் கொடுக்கமுடியாமல் இவன் தவிக்கவேண்டும். அதைப் பார்த்து நான் சிரிக்கவேண்டும்!'

இந்திரன் உடனடியாக மேகங்களை அழைத்தார், 'நீங்கள் இந்த நாடுமுழுவதும் சென்று நன்றாக மழை பொழியவேண்டும்' என்று கட்டளையிட்டார்.

பாண்டிய நாட்டில் முந்தைய பன்னிரண்டு ஆண்டுகளாக மழை பெய்யவில்லை. இதனால் பயிர்கள், செடிகொடிகள், விலங்குகளெல்லாம் தண்ணீர் இன்றி மடிந்தன. மக்கள் கொடும் பஞ்சத்தில் தவித்துக்கொண்டிருந்தார்கள்.

அதனால், ராத்திரி, பகல் எந்நேரமும் ஆபுத்திரனைச் சுற்றிப் பசியோடு ஒரு கூட்டம் நின்றுகொண்டிருந்தது. அவனும் இல்லை என்று சொல்லாமல் உணவை வாரி வாரி வழங்கினான்.

இப்போது, இந்திரன் கட்டளையால் அந்த நாடுமுழுக்க மழை அடித்துப் பெய்யத் தொடங்கியது. மண் வாசனை எழுந்தது. மக்கள் முகம் மலர்ந்து சிரித்தார்கள், 'இந்த வருடம் நல்ல விளைச்சல் இருக்கும்' என்று உற்சாகமாகப் பேசிக்கொண்டார்கள்.

அவர்கள் எதிர்பார்த்ததுபோலவே, மழையில் குளித்த வயல்கள் செழிப்பாகப் பயிர்களை விளைவித்தன. எங்கே பார்த்தாலும் இயற்கை எழில். அற்புதமான அறுவடை, எல்லோருக்கும் போதும் போதும் என்கிற அளவுக்கு சாப்பாடு கிடைத்தது. ஏழைகள் என்று யாருமே இல்லை என்கிற அளவுக்குப் பாண்டிய நாடு வளமாகிவிட்டது.

ஆபுத்திரன் இதையெல்லாம் பார்த்து மிகவும் மகிழ்ந்தான். அதுவரை அவனிடம் பிச்சை கேட்டு உண்ணவேண்டிய கட்டாயத்தில் இருந்த மக்கள், இப்போது அவர்களே வயலில் பயிரிட்டு, அறுவடை செய்து நன்றாகச் சாப்பிட்டார்கள். குடும்பத்தினர், குழந்தைகளோடு மகிழ்ச்சியாக இருந்தார்கள்.

அதேசமயம், உணவுக்காக ஆபுத்திரனைத் தேடி வருகிற மக்கள் யாரும் இல்லை. எல்லோருக்கும் எல்லாமும் கிடைத்துவிட்டதால் யாருக்கும் அமுதசுரபியின் அருள் தேவைப்படவில்லை.

இதனால், தினந்தோறும் அமுதசுரபியிலிருந்து வருகிற சாப்பாட்டை ஆபுத்திரன் ஒருவன்தான் சாப்பிட்டான். 'பொதுநலமாக உலகத்து மக்கள் எல்லோருக்கும் பயன்பட வேண்டிய ஒரு புனிதப் பாத்திரத்தை இப்படிச் சுயநலமாக எனக்குமட்டும் பயன்படுத்திக்கொள்கிறேனே!' என்று நினைத்து நினைத்து அவன் மனம் வெம்பியது.

அதுமட்டுமில்லை. இப்போது ஆபுத்திரனின் அம்பலத்தில் சூதாடிகள், நாடோடிகள், வம்புப் பேச்சுக்காரர்கள், வெட்டிப் பொழுதுபோக்குகிறவர்கள்தான் தங்கியிருந்தார்கள். அவர்களுடைய கெட்ட வழிமுறைகளைப் பார்க்கப் பார்க்க ஆபுத்திரனுக்கு மிகவும் வருத்தமாக இருந்தது. 'புனிதப் பாத்திரமான அமுதசுரபி இந்தத் தீயவர்களுக்கு மத்தியில் இருக்கலாமா?' என்று தவித்தான்.

'சிந்தாதேவி தெய்வம் எனக்கு இந்த அமுதசுரபியைக் கொடுத்தபோது என்ன சொன்னது? இதைக் கொண்டு ஏழைகளின் பசியைப் போக்குவது என்னுடைய கடமை அல்லவா? அதைச் செய்யாமல் நான் இப்படி உட்கார்ந்திருப்பது நியாயமில்லையே!'

'ஆனால், இந்த ஊரில்தான் இப்போது ஏழைகளே கிடையாதே. என்ன செய்வது?'

வேறு வழியில்லை. இன்னொரு ஊரைத் தேடிப் போகவேண்டியதுதான்.

ஆபுத்திரன் அந்த அம்பலத்திலிருந்து வெளியேறினான். கையில் அமுதசுரபியோடு ஊர் ஊராகச் சென்றான். எங்கேயாவது ஏழைகள், பசியால் அவதிப்படுகிறவர்கள் தென்படுவார்களா, அவர்களுக்கு அன்னம் படைக்கமுடியுமா என்று அவனுடைய கண்கள் ஆவலுடன் தேடிக்கொண்டிருந்தன.

ஆனால், அப்போது பாண்டிய நாடுமுழுவதும் நன்கு செழிப்பாக இருந்தது. யாரும் ஆபுத்திரனைக் கண்டுகொள்ளவில்லை. அவனுடைய அமுதசுரபியும் அங்கே யாருக்கும் அவசியப்படவில்லை.

ஆபுத்திரனுக்கு வேதனை பொங்கியது. 'எல்லோரும் நன்கு சாப்பிட்டு மகிழ்ச்சியாக இருப்பது உண்மையிலேயே நல்ல விஷயம்தான். ஆனால், இதன்மூலம் சிந்தாதேவி எனக்குக் கொடுத்த கடமையிலிருந்து தவறிவிட்டேனே, நான் என்ன செய்வேன்?'

அந்த நேரத்தில் சிலர் ஆபுத்திரனை வந்து சந்தித்தார்கள், 'ஐயா, எடுக்க எடுக்கக் குறையாமல் உணவு தரும் ஓர் அமுதப் பாத்திரம் உங்களிடம் உள்ளதாகக் கேள்விப்பட்டோம். உண்மையா?'

'ஆமாம். ஏன் கேட்கிறீர்கள்?'

'ஐயா, நாங்கள் சாவக நாட்டிலிருந்து வருகிறோம். அங்கே பல மாதங்களாக மழை இல்லை. மக்கள் பஞ்சம், பட்டினியில் தவிக்கிறார்கள். கொத்துக்கொத்தாக உயிர்கள் பலியாகிக் கொண்டிருக்கின்றன. நீங்கள் அங்கே வந்து உங்களுடைய அமுதசுரபியால் எங்கள் நாட்டைக் காக்கவேண்டும்!'

ஆபுத்திரனுக்கு ஆனந்தம் தாங்கவில்லை. அவர்களோடு சாவக நாட்டிற்குக் கிளம்பினான்.

29. வழிமாறிய கப்பல்

சூறாவளிக் காற்று பலமாக வீசியது. பிரம்மாண்டமான அலைகள் கடலைப் புரட்டிப்போட்டுக்கொண்டிருந்தன.

ஆபுத்திரன் பரபரப்பாகக் கப்பலின் மேல்பகுதிக்கு ஓடிவந்தான், 'என்ன ஆயிற்று?'

'தெரியவில்லையா? கடல் கொந்தளிக்கிறது. இன்னும் சிறிது நேரம் நிலைமை இப்படியே நீடித்தால், நம்முடைய கப்பல் உடைந்து சிதறிவிடும்!'

'அதுமட்டுமில்லை, காற்று கண்டபடி சுழன்று அடிப்பதால் நாம் இப்போது சாவகத் தீவை நோக்கிச் செல்லவில்லை, வேறு பக்கமாகத் திசைமாறிப் போய்க்கொண்டிருக்கிறோம்!'

'அப்படியா? இப்போது என்ன செய்யப்போகிறார்கள்?'

'தெரியவில்லையே!'

பயணிகள் இப்படிப் பரபரப்பாகப் பேசிக்கொண்டிருந்தபோது, மாலுமிகள் அந்தக் கப்பலைக் காப்பாற்றும் தீவிர முயற்சியில் இருந்தார்கள். எப்படியோ பாய்மரம் இறக்கப்பட்டது. கப்பல் வேறொரு திசையில் மிதந்து சென்றது. கடைசியாக, அவர்களுடைய கப்பல் மணிபல்லவத் தீவில் கரைதட்டி நின்றது. எல்லோரும் உயிர்பிழைத்த நிம்மதியுடன் கீழே இறங்கினார்கள்.

'இது என்ன இடம்? இங்கே மனிதர்கள் யாரையும் காணவில்லையே!'

'ஆமாம்! ஆனால், இயற்கை எழில் ரொம்பப் பிரமாதமாக இருக்கிறது!'

'அது சரி, இன்னும் எவ்வளவு நேரம் நாம் இங்கே தங்கவேண்டியிருக்கும்?'

'அதிகமில்லை. கடல் அமைதியானதும் நாம் மறுபடி புறப்பட்டுவிடலாம்!'

ஆபுத்திரன் மணிபல்லவத் தீவின் வெள்ளை மணலில் மெல்ல நடக்க ஆரம்பித்தான். சுற்றிலும் ஆள் அரவமில்லாதபோதும், அங்கிருந்த இயற்கைக் காட்சிகள் அவனுடைய மனத்தைக் கொள்ளை கொண்டன. எல்லாவற்றையும் நிதானமாகப் பார்த்தபடி சுற்றி வந்தான். அதேநேரம், அங்கே கடலின் சீற்றம் குறைந்திருந்தது. அலைகள் வேகம் தணிந்து மெதுவாகத் தாலாட்ட ஆரம்பித்திருந்தன.

'நாம் புறப்படலாம்' என்றார் ஒரு மாலுமி, 'எல்லோரும் மறுபடி கப்பலில் ஏறுங்கள்!'

கடற்கரையில் காத்திருந்த பயணிகள் பரபரப்பாக ஓடிவந்தார்கள். ஒவ்வொருவராகக் கப்பலில் ஏறிக்கொண்டார்கள்.

'எல்லோரும் வந்துவிட்டார்களா? இன்னும் யாராவது வரவேண்டுமா?'

கப்பலில் இருந்த ஒருவர் கடற்கரையை எட்டிப்பார்த்தார். அங்கே யாரும் இல்லை. எங்கேயோ தொலைதூரத்தில் இயற்கைக் காட்சிகளை ரசித்துக்கொண்டிருந்த ஆபுத்திரன் அவர் கண்ணில் படவில்லை.

'எல்லோரும் வந்தாயிற்று' என்று பலமாகக் குரல் கொடுத்தார் அவர், 'கப்பல் புறப்படலாம்.'

சில நிமிடங்களுக்குப்பிறகு, பாய் மரம் உயர்ந்தது. அந்தக் கப்பல் மீண்டும் தன்னுடைய பயணத்தைத் தொடங்கியது.

30. உண்ணாவிரதம்

என்னுடைய கப்பல் எங்கே?

ஆபுத்திரன் அதிர்ந்துநின்றான். ஒருவேளை, வழிதவறித் தீவின் வேறு பகுதிக்குச் சென்றுவிட்டோமோ என்று நினைத்துக் குழம்பினான்.

ம்ஹூம் இல்லை, இந்த இடம்தான். கடற்கரையெங்கும் மக்களின் காலடித்தடம் தெரிகிறதே!

இதோ இங்கேதான் சற்றுமுன்னர் ஒரு பிரம்மாண்டமான கப்பல் நின்றுகொண்டிருந்தது. இப்போது அது எங்கே?

ஒருவேளை, நான் இங்கே இருப்பதையே மறந்து அவர்கள் புறப்பட்டுச் சென்றுவிட்டார்களோ? என்ன செய்வது என்றே புரியாமல் அங்கும் இங்கும் ஓடினான் ஆபுத்திரன்.

கடைசியில், உண்மை அவனுக்கு உறைத்தது. கப்பல் போய்விட்டது. இனி இந்தத் தீவில் நான்மட்டும்தான்.

ஆபுத்திரன் தன் கையில் இருந்த அமுதசுரபியைக் கண்ணீரோடு பார்த்தான். 'இந்தப் புனிதப் பாத்திரத்தைக்

கொண்டு சாவகத் தீவு மக்களுக்கு அன்னம் படைத்து உயிர் கொடுக்கவேண்டும் என்று நினைத்தேனே. இப்போது அந்த ஆசை நிராசையாகிவிட்டதே!'

'ஆளில்லாத இந்தத் தீவில் இனிமேல் அமுதசுரபி எதற்கு? நான் ஒருவன்மட்டும் வயிறு புடைக்கச் சாப்பிடுவதற்காகவா?'

'ம்ஹூம், வேண்டாம். தெய்வம் தந்த இந்தப் பாத்திரத்தை அப்படி அவமானப்படுத்துவது முறை அல்ல. அமுதசுரபியைக் கொண்டு உலகத்துக்கு அறம் செய்யமுடியாத நான் உயிர் விடுவதுதான் நியாயம்.'

ஆபுத்திரன் உறுதியோடு எழுந்து நின்றான். மணிபல்லவத் தீவில் இருந்த கோமுகி என்கிற குளத்தின் கரையைச் சென்றடைந்தான். அதனை வணங்கி நின்றான்.

'இணையற்ற அமுதசுரபியே, உன்னை இந்தப் பொய்கையில் விடுகிறேன், வருடத்துக்கு ஒருமுறை நீ மேலே எழுந்து தோன்றுவாயாக' என்றான் ஆபுத்திரன், 'நீ எப்போதும் நல்ல தர்ம சிந்தனை உள்ளவர்களின் கைகளைச் சென்று சேரவேண்டும். எல்லோருக்கும் பயன்படவேண்டும்!'

இப்படிச் சொன்ன ஆபுத்திரன் அமுதசுரபியைக் குளத்தில் விட்டான். பிறகு அங்கேயே உண்ணாவிரதம் உட்கார்ந்தான்.

அப்போது அறவணடிகள் அங்கே தோன்றினார், 'மகனே, நீ ஏன் உயிர் துறக்கத் தீர்மானித்துவிட்டாய்? உனக்கு என்ன துன்பம் வந்தது?' என்று அன்போடு கேட்டார்.

ஆபுத்திரன் அவரிடம் தன்னுடைய கதையை விளக்கிச் சொன்னான், 'யாருக்கும் பயன்படாத இந்த உடலை வைத்துக்கொண்டு இனிமேல் நான் என்ன செய்யமுடியும் முனிவரே? அதுதான் உண்ணாவிரதம் இருந்து உயிரை விடுவதாக முடிவு செய்துவிட்டேன்!'

'தெய்வத்திடம் நான் வேண்டிக்கொள்வதெல்லாம் ஒரே ஒரு விஷயம்தான். அடுத்த பிறவி என்று ஏதாவது இருந்தால்,

அப்போதும் நான் இதேபோல் தர்ம சிந்தனையோடு பிறக்கவேண்டும், எல்லோருக்கும் உதவி செய்யவேண்டும், அவர்கள் முகம் மலர்ந்து சிரிப்பதைப் பார்த்து மகிழ்ச்சி கொள்ளவேண்டும்.'

அதோடு, ஆபுத்திரனின் அந்தப் பிறவி முடிந்தது. கடைசி நேரத்தில் அவனுடைய மனத்தில் தோன்றிய காட்சி, அவனது தாய்!

சாலி அல்ல, அந்தப் பசு மாடு!

31. பசுவின் மடியில் மனிதக் குழந்தை

சாவக நாடு.

அங்கே இன்னும் வானம் கருணை காட்டவில்லை. துளி மழை கிடையாது. பயிர்கள் பசுமை மறந்து வாடிக் கிடந்தன. ஒவ்வொரு நாளும் எண்ணற்ற உயிர்கள் பஞ்சத்தாலும் பட்டினியாலும் பலியாகிக்கொண்டிருந்தன.

அந்தச் சாவக நாட்டில், மண்முக முனிவர் என்பவருடைய ஆசிரமம். அங்கே ஒரு விசேஷப் பசு மாடு இருந்தது. அதைப் பார்ப்பதற்கு மக்கள் கூட்டம் கூட்டமாக வந்து குவிந்தார்கள்.

'பசு மாட்டில் என்னப்பா விசேஷம்?' அந்தக் கும்பலில் யாரோ புரியாமல் கேட்டார்கள்.

'என்னப்பா இப்படிக் கேட்டுவிட்டாய்?' இன்னொருவன் அவனுக்கு விளக்கம் சொன்னான், 'வழக்கமாகப் பசு மாடு எப்போது பால் கறக்கும்?'

'கன்றுக்குட்டி போட்டபிறகு!'

‘உண்மைதான். ஆனால், இந்தப் பசு மாடு இன்னும் கன்று ஈனவே இல்லை. அதற்குள் அதன் மடியில் பால் சுரக்க ஆரம்பித்துவிட்டது. இது அதிசயமில்லையா?’

‘அட! ஆமாம்!’ சந்தேகமாகக் கேள்வி கேட்டவனும் இப்போது முட்டியடித்துக்கொண்டு அந்தப் பசுவை வேடிக்கை பார்க்க ஆரம்பித்தான்.

மண்முக முனிவருக்குத் தன்னிடமிருந்த பசுவில் என்ன விசேஷம் என்பது புரிந்துவிட்டது, ‘இந்தப் பசு மாட்டின் வயிற்றில் ஒரு குழந்தை பிறக்கப்போகிறது’ என்றார்!

‘குழந்தையா? சரியாகச் சொல்லுங்கள் முனிவரே. பசு மாட்டிற்குக் கன்றுக்குட்டிதான் பிறக்கும்!’

‘இல்லை. இந்தப் பசு மாட்டின் வயிற்றில் ஒரு மனிதக் குழந்தை பிறக்கும்’ என்றார் மண்முகம் முனிவர், ‘அந்தக் குழந்தை பிறந்தபின்னர், இந்த நாடெங்கும் மழை பொழியும், வளம் பெருகும், எல்லா உயிர்களும் காப்பாற்றப்படும்!’

மண்முக முனிவர் சொன்னது உண்மைதான். அவருடைய ஆசிரமத்தில் இருந்த அந்தப் பசு வேறு யாரும் அல்ல, முந்தைய பிறவியில் ஆபுத்திரனின் தாய் சாலி அவனைக் கைவிட்டுச் சென்றபோது குழந்தைக்குப் பால் கொடுத்துப் பாதுகாத்ததே ஒரு பசு, அந்த மாடுதான்!

மணிபல்லவத் தீவில் உண்ணாவிரதம் இருந்து உயிர் துறந்த ஆபுத்திரன், கடைசி நேரத்தில் தன்னுடைய பசு மாட்டுத் தாயை நினைத்தான். ஆகவே, இந்தப் பிறவியில் அதே மாட்டுக்கு மீண்டும் மகனாக வந்து பிறந்தான்.

முனிவர் சொன்னதுபோல், அவன் பிறந்த நாளன்று சாவகத் தீவில்மட்டுமல்ல, உலகம்முழுவதும் நன்றாக மழை பெய்தது. ஆபுத்திரன் ஆசைப்பட்டதுபோலவே அந்த ஊர் மக்களின் பஞ்சம் தீர்ந்தது. எல்லோரும் மகிழ்ச்சியாக இறைவனைப் போற்றினார்கள்.

அப்போது சாவக நாட்டை ஆட்சி செய்துகொண்டிருந்த மன்னன் பெயர் பூமிச் சந்திரன். அவன் மனைவி அமரசுந்தரி. அவர்களுக்குப் பல வருடங்களாகக் குழந்தையே இல்லை. தன் குடும்பத்துக்கும் அரச வம்சத்துக்கும் வாரிசு இல்லாமல் போய்விடுமோ என்று தவித்துக்கொண்டிருந்தான் அவன்.

இந்த நேரத்தில்தான், மண்முக முனிவரின் ஆசிரமத்தில் ஒரு பசு மாட்டுக்கு மனிதக் குழந்தையாக ஆபுத்திரன் மீண்டும் பிறந்தான். அதைப்பற்றிக் கேள்விப்பட்ட மன்னன் பூமிச் சந்திரன், முனிவரைச் சந்திக்கச் சென்றான், 'முனிவர் பெருமானே. எனக்குக் குழந்தை பாக்கியம் இல்லை. நீங்கள் அருள் செய்தால், இந்தப் பசு மாட்டின் குழந்தையை என் மகனாக நினைத்து வளர்ப்பேன்.'

'அப்படியே ஆகட்டும்!' என்றார் முனிவர்.

பூமிச் சந்திரன் மிகுந்த மகிழ்ச்சியோடு அந்தக் குழந்தையைத் தன் அரண்மனைக்குக் கொண்டுசென்றான். 'புண்ணியராசன்' என்று பெயர் சூட்டி அன்போடு வளர்த்தான்.

'அரசனின் மகனாகக் கலைகள், வீர விளையாட்டுகள் அனைத்தையும் கற்று வளர்ந்த புண்ணியராசன், தந்தை பூமிச் சந்திரனுக்குப்பிறகு சாவக நாட்டின் அரசனாக ஆனான்' என்று ஆபுத்திரன் கதையைச் சொல்லிமுடித்தார் அறவணடிகள், 'இப்போதும் அந்தப் புண்ணியராசன்தான் அங்கே ஆட்சி செய்துகொண்டிருக்கிறான்!'

'மணிமேகலை, ஆபுத்திரனின் பெருமையை இப்போது நன்றாகப் புரிந்துகொண்டிருப்பாள். அப்பேர்ப்பட்ட தர்மவானின் கையில் இருந்த பாத்திரம்தான் இன்றைக்கு உன்னிடம் வந்திருக்கிறது. அதை ஒருபோதும் ஒளித்துவைக்காதே. எல்லோருக்கும் அள்ளிக் கொடுத்து உலகத்தின் துன்பத்தை நீக்கு, அது உன்னுடைய கடமை!'

'உத்தரவு குருதேவா' என்று அறவணடிகளை வணங்கினாள் மணிமேகலை. மாதவி, சுதமதியும் அவரை வணங்கி விடைபெற்றுக்கொண்டார்கள்.

கையில் அமுதசுரபியோடு மணிமேகலை தெருவில் நடந்துவர, பலர் அவளைச் சூழ்ந்துகொண்டார்கள். ‘யார் இந்த அழகான பெண்?’ என்று தொந்தரவு செய்தார்கள்.

‘இவள் பெயர் மணிமேகலை. நம் இளவரசன் உதயகுமரனின் மனத்தைக் கவர்ந்த காதலி!’

‘அப்படியா? இளவரசனின் காதலி கையில் பிச்சைப் பாத்திரத்துடன் துறவுக் கோலத்தில் தெருவில் நடந்துசெல்கிறாளே, இது என்ன அதிசயம்!’

அவர்கள் பேசுவதைப் பொருட்படுத்தாமல் மணிமேகலை, மாதவி, சுதமதி மூவரும் தொடர்ந்து நடந்தார்கள். சிறிது நேரத்தில் தொந்தரவு செய்யும் கூட்டம் விலகி மறைந்தது.

‘மணிமேகலை, இந்த அமுதசுரபியில் இப்போது உணவு எதுவும் சுரக்கவில்லையே. அது ஏன்?’

‘முதலில் இந்தப் பாத்திரத்தில் யாராவது உணவு இடவேண்டும், அதன்பிறகு அதை எடுக்க எடுக்கக் குறையாமல் பொங்கிவரும்!’ என்றாள் மணிமேகலை, ‘அதுவும் குறிப்பாக, நல்ல கற்பு நெறி கொண்ட பத்தினிப் பெண் ஒருவர் இதில் உணவு இட்டால் மிகவும் நல்லது!’

‘அப்படியா? அப்படி ஒரு பெண்ணை நாம் எங்கே தேடுவது?’ அவர்கள் குழம்பிக்கொண்டிருந்தபோது, பின்னாலிருந்து ஒரு குரல் கேட்டது, ‘நான் சொல்கிறேன்!’

32. ஆதிரை

குரல் வந்த திசையில் சரேலென்று திரும்பினாள் மணிமேகலை. அங்கே ஒரு பெண் நின்றிருந்தாள்.

'நீ யாரம்மா?'

'என் பெயர் காயசண்டிகை' என்றாள் அவள், 'நீங்கள் பேசிக்கொண்டிருந்ததையெல்லாம் கேட்டேன். உங்களுக்கு உதவ நினைக்கிறேன்!'

'அப்படியென்றால்?'

'நீங்கள் கேட்டதுபோல் ஓர் உத்தமமான பத்தினிப் பெண் இந்தப் புகார் நகரத்தில் உண்டு. அவள் பெயர் ஆதிரை' என்றாள் காயசண்டிகை, 'இந்த அமுதசுரபியில் அவள் முதன்முதலாக அன்னம் இட்டால், அது எல்லோருக்கும் பயன் தரும்படி பலமடங்காக வளரும்.'

'அப்படியா?' ஆச்சர்யத்துடன் கேட்டாள் மணிமேகலை, 'இந்த விஷயம் உனக்கு எப்படித் தெரியும்? நீ யார்?'

'என்னைப்பற்றி அப்புறம் சொல்கிறேன். நீங்கள் முதலில் ஆதிரையின் வீட்டுக்குச் செல்லுங்கள். அவளிடம் பிச்சை

பெற்றுக்கொண்டு வாருங்கள்' என்று அவசரப்படுத்தினாள் காயசண்டிகை.

'கொஞ்சம் பொறு அம்மா, அதற்குமுன்னால், நாங்கள் இந்த ஆதிரையைப்பற்றித் தெரிந்துகொள்ள ஆசைப்படுகிறோம்' உறுத்தாத குரலில் சொன்னாள் மணிமேகலை, 'அவள் யார், எப்படிப்பட்டவள் என்று முதலில் சொல், அதன்பிறகு நாங்கள் ஆதிரையிடம் பிச்சை பெறுவதா, வேண்டாமா என்று முடிவு செய்யலாம்!'

'நல்லது' என்றாள் காயசண்டிகை. ஆதிரையின் கதையை விளக்கமாகச் சொல்ல ஆரம்பித்தாள்.

ஆதிரையின் கணவன் பெயர் சாதுவன். துளி ஒழுக்கம் இல்லாதவன். சூதாடுவான், வீட்டில் அழகான மனைவி இருந்தும்கூட, மற்ற பெண்களின்பின்னே சுற்றுவான்.

அப்போதும், ஆதிரை தன் கணவனை வெறுத்து ஒதுக்கவில்லை. அவன் என்றைக்காவது திருந்திவிடுவான் என்கிற நம்பிக்கையில் காத்திருந்தாள்.

ஆனால், சாதுவன் திருந்துகிற வழியைக் காணோம். முன்பைவிடத் தவறான பாதைகளில்தான் சென்றுகொண்டிருந்தான். மனைவியை மறந்து யாரோ ஒரு மாயக்காரியின் காதல் பிடியில் மயங்கிக் கிடந்தான்.

கொஞ்சம் கொஞ்சமாக, சாதுவனிடம் இருந்த சொத்துகள் அனைத்தும் கரைந்து மறைந்துவிட்டன. இதைக் கவனித்த அந்தக் 'காதலி' சாதுவனை வெளியே தள்ளிக் கதவைச் சாத்திவிட்டாள்.

சாதுவன் துடித்தான், 'நேற்றுவரை என்மேல் அன்பாக இருந்தவள்தானே நீ? இப்போது ஏன் என்னைத் துரத்துகிறாய்?'

'கையில் காசு இல்லாதவனை நாங்கள் காதலிப்பதில்லை' கேலியாகச் சிரித்தாள் அந்தக் கணிகை, 'போ போ, வேறு இடம் பார்!'

சாதுவனுக்கு அவமானம், இன்னொருபக்கம் கோபம். 'என்னைக் கேலி செய்த இந்தப் பெண்ணை அசிங்கப்படுத்துவதற்காவது நான் மறுபடி நிறைய சம்பாதிக்கவேண்டும்' என்று தனக்குள் சபதம் சொல்லிக்கொண்டான்.

உடனடியாக நிறையப் பொருள் சம்பாதிக்க என்ன வழி? வியாபாரம் செய்வதுதான்.

சாதுவன் சில நண்பர்களோடு சேர்ந்து வியாபாரத்தில் ஈடுபட முடிவெடுத்தான். அதற்குத் தேவையான பொருள்களை வாங்கிவருவதற்காகக் கப்பல் ஏறினான்.

அவனுடைய கெட்ட நேரம், சாதுவன் பயணம் செய்த மரக் கப்பல் பெரிய சூறாவளியில் சிக்கிக்கொண்டது. சிறிது நேரத்துக்குள் அந்தக் கப்பல் உடைந்து தூள்தூளாகச் சிதற, எல்லோரும் ஆளுக்கு ஒரு திசையில் தூக்கி எறியப்பட்டார்கள்.

நல்லவேளையாக, சாதுவன் சாகவில்லை. ஒரு பெரிய மரக்கட்டையைப் பிடித்துக்கொண்டு கடலில் மிதந்தான். அப்படியே ஒரு மலைப் பக்கமாக ஒதுங்கினான்.

சாதுவனோடு பயணம் செய்த மற்றவர்களும் எப்படியோ கஷ்டப்பட்டு உயிர் தப்பிவிட்டார்கள், புகார் நகருக்கு வந்து சேர்ந்தார்கள்.

அவர்களைப் பார்த்தவுடன் ஆதிரைக்கு அதிர்ச்சி, 'நீங்கள்மட்டும் வருகிறீர்களே! உங்களோடு பயணம் செய்த என் கணவர் எங்கே?'

'எங்களை மன்னித்துவிடு ஆதிரை' அவர்கள் வருத்தத்தோடு சேதி சொன்னார்கள், 'எங்கள் கப்பல் புயலில் சிக்கிக்கொண்டது. உன் கணவன் சாதுவன் அதில் சிக்கி இறந்துவிட்டான்!'

அவ்வளவுதான். ஆதிரையின் தலையில் ஒரு பெரிய இடி விழுந்தாற்போலாகிவிட்டது. கணவனின் மரணச் செய்தியைக் கேட்டு மயங்கிக் கீழே சரிந்தாள்.

அதன்பிறகு, அவளுக்கு வாழப் பிடிக்கவில்லை. 'என் கணவர் போன இடத்துக்கே நானும் போய்விடுகிறேன்' என்று முடிவுசெய்தாள்.

உடனடியாக, நெருப்பு மூட்டப்பட்டது. தன் கணவன் சாதுவனை மனத்தில் நினைத்தபடி அந்தத் தீயில் இறங்கினாள் ஆதிரை.

ஆனால், அந்தத் தீ அவளைச் சுடவில்லை, கொல்லவில்லை. எதுவும் நடக்காததுபோல் ஆதிரை மறுபடியும் மேலே வந்தாள்.

'என்ன ஆயிற்று? நெருப்புக்குக்கூட என்னைச் சுடுவதற்கு மனம் வரவில்லையா? நான் அப்படிப்பட்ட பாவியா?' ஆதிரை அழுது புலம்பினாள்.

மறுவிநாடி வானத்திலிருந்து ஒரு சத்தம் கேட்டது, 'ஆதிரையே, கவலைப்படவேண்டாம், உன் கணவன் சாதுவன் சாகவில்லை. உயிரோடுதான் இருக்கிறான்! இன்னும் கொஞ்ச நாளில் அவன் உன்னைப் பார்க்க வருவான்!'

அழுது அழுது வீங்கியிருந்த ஆதிரையின் கண்களில் நம்பிக்கை ஒளி பரவியது. சாதுவன் திரும்பி வருவான் என்கிற நம்பிக்கையோடு வீடு திரும்பினாள்!

33. நரமாமிச நாகர்கள்

கரையோரமாக ஒதுங்கிக் கிடந்த சாதுவனுக்கு இன்னும் மயக்கம் தெளியவில்லை. அப்படியே ஆழ்ந்த உறக்கத்தில் இருந்தான்.

நெடுநேரம் கழித்து, அவனுடைய கண்கள் பிரிந்தன. சூரிய வெளிச்சம் அவனை முள்போலக் குத்தியது.

எழுந்து உட்கார்ந்த சாதுவன், சுற்றியிருந்த மலைகளை ஆச்சர்யமாகப் பார்த்தான், 'இது என்ன இடம்?' யோசித்தபடி எழுந்து நடந்தான்.

பக்கத்திலிருந்த ஒரு மர நிழலுக்கு வந்தபிறகு, வெப்பம் கொஞ்சம் குறைந்தது. தளர்வாகக் கீழே விழுந்தவன் அப்படியே தூங்கிப்போய்விட்டான்.

சற்று நேரம் கழித்து, அவன் விழுந்து கிடந்த இடத்தின் அருகே சிலர் நடந்துவந்தார்கள். அவர்களுடைய காலடிச் சத்தம் கேட்டும்கூட சாதுவன் தூக்கம் கலையவில்லை.

வந்தவர்கள் சாதுவனை ஆச்சர்யமாகப் பார்த்தார்கள், 'இவன் யார்?'

'தெரியவில்லை. ஏதோ கப்பல் விபத்தில் சிக்கி இங்கே வந்திருக்கிறான்.'

'ஆஹா அருமை!' அவர்கள் ஆனந்தமாகக் குதூகலித்தார்கள், 'பல நாள்களுக்குப்பிறகு நமக்குத் தனியாக ஒரு கொழுத்த உருவம் சிக்கியிருக்கிறது, இவனைத் தூக்கிப்போய் நாம் நன்றாகச் சாப்பிடலாம்!'

அவர்கள் சாதுவனை உலுக்கி எழுப்பினார்கள், 'ஏய், எழுந்திரு!'

சிரமத்தோடு எழுந்து உட்கார்ந்த சாதுவன் கண்களைத் தேய்த்துக்கொண்டான். சுற்றியிருந்தவர்களை விநோதமாகப் பார்த்தான்.

அவர்கள் அவனைக் கோபத்தோடு முறைத்தார்கள், 'என்ன பார்க்கிறாய்? எழுந்திரு, எங்களோடு வா!'

சாதுவனுக்கு விஷயம் புரிந்துவிட்டது. இவர்கள் சாதாரண மனிதர்கள் இல்லை, நாக வம்சத்தைச் சேர்ந்தவர்கள்.

நாகர்களுக்கு மனித உடல்களைத் தின்னும் நரமாமிசப் பழக்கம் உண்டு. இந்த விஷயம் சாதுவனுக்கு ஏற்கெனவே தெரியும்.

இப்போது இந்த நாகர்களை முறைத்துக்கொண்டால், அப்படியே கொன்று சாப்பிட்டுவிடுவார்கள். அவர்கள் வழியிலேயே போய்ப் பிடிப்போம் என்று தீர்மானித்தான் அவன்.

நல்லவேளையாக, சாதுவனுக்கு நாகர்களின் மொழி நன்றாகத் தெரியும். அவர்களுடைய கோபமான அதட்டலுக்குப் பணிவாகப் பதில் சொன்னான் அவன்.

நாகர்கள் அசந்துபோனார்கள், 'அட! இவன் யார்? நம்முடைய மொழியை அருமையாகப் பேசுகிறானே! இவனைக் கொல்வதா, வேண்டாமா?' அவர்களுக்குப் புரியவில்லை.

நமக்கு எதற்கு வம்பு? பேசாமல் இந்த மனிதனை நம்முடைய தலைவரிடம் அழைத்துப்போவோம். இவனை என்ன செய்வது என்று அவரே முடிவு செய்யட்டும்!

சாதுவன் அமைதியாக அவர்கள் பின்னே நடந்தான். ஆனால் உள்ளுக்குள் அவன் மனம் திக்திக்கென்று அடித்துக்கொண்டது, 'இவர்களுடைய தலைவன் யார்? எப்படி இருப்பான்? மென்மையானவனா, மூர்க்கமானவனா? இவர்களிடம் நாகர் மொழியில் பேசித் தப்பித்ததுபோல் அவனிடமும் இந்த உத்தி பலிக்குமா? அல்லது அவன் என்னை நம்பாமல் கொன்று தின்றுவிடுவானா?'

34. கொல்லாதே!

'இன்னும் எவ்வளவு தூரம்?'

'பக்கம்தான். இதோ, வந்துவிட்டோம்'

நாகர்கள் இப்போது சாதுவனை மிகவும் மரியாதையோடு நடத்த ஆரம்பித்திருந்தார்கள். எல்லாம் அவர்களுடைய மொழியைப் பேசிய மகிமை!

அவர்கள் நடந்து சென்ற பாதையில் கள் காய்ச்சும் பானைகள் நிறைந்திருந்தன. எல்லாத் திசைகளிலும் மாமிச உணவின் நாற்றம். அதையெல்லாம் கடந்துபோனபோது, நாகர்களின் தலைவன் தன் மனைவியோடு அமர்ந்திருந்தான்.

அவனும் சாதுவனை 'நல்ல விருந்துச் சாப்பாடு' என்பது போல்தான் பார்த்தான். ஆனால் அவன் பேச ஆரம்பித்தவுடன், 'அட, இவன் நம் மொழியைப் பேசுகிறானே!' என்று சொக்கிப்போனான்.

சாதுவனுக்குப் பேசவா சொல்லித்தரவேண்டும்? சில நிமிடங்களுக்குள் நாகர் தலைவனின் நெருங்கிய தோழனைப் போல் அளவளாவ ஆரம்பித்துவிட்டான்.

கடைசியாக, பேச்சு சாதுவனைப்பற்றித் திரும்பியது, 'நண்பனே, நீ இங்கே வந்தது எப்படி?'

'என்னுடைய கப்பல் அலையிலும் சூறாவளியிலும் மாட்டி உடைந்துவிட்டது' என்றான் சாதுவன், 'அதன்பிறகு பல நாள் நான் ஒரு கட்டையைப் பிடித்துக்கொண்டு கடலில் மிதந்தேன். எப்படியோ இங்கே கரை சேர்ந்தேன்!'

'அடடா' என்று உச்சுக்கொட்டினான் நாகர் தலைவன், 'அப்படியானால் நீ ரொம்ப நாளாக எதுவும் சாப்பிட்டிருக்க மாட்டாயே!'

'ஆமாம், பசி உயிர் போகிறது!'

நாகர் தலைவன் கைதட்டினான், 'இவனுக்கு நல்ல மாமிச உணவு, இனிமையான கள் பரிமாறுங்கள்' என்றான், 'கூடவே இளமையான ஒரு பெண்ணையும் அனுப்பிவையுங்கள், சந்தோஷமாக இருக்கட்டும்!'

'ஐயோ!' சாதுவன் காதுகளைப் பொத்திக்கொண்டான், 'மது, மாமிசமெல்லாம் எனக்கு வேண்டாம்' என்றான் அவசரமாக, 'கண்ட பெண்களின்பின் அலைந்து நான் பட்டதெல்லாம் போதும், என்னைத் தனியே விடுங்கள்!'

நாகர் தலைவன் சிரித்தான், 'என்னய்யா, விநோதமான மனிதனாக இருக்கிறாயே!'

'இதில் என்ன விநோதம்?'

'பின்னே? கள்ளின் மணம், மாமிசத்தின் சுவை, பெண்ணின் அழகு, இதைத் தாண்டி இந்த உலகத்தில் வேறு ஏதாவது சந்தோஷம் உண்டா?'

'நிச்சயமாக உண்டு!' என்றான் சாதுவன், 'நீ சொல்லும் கள், நம்முடைய அறிவை மயக்குகிறது. மாமிசம், மற்ற உயிர்களைக் கொன்று பிழைக்கச்சொல்கிறது. பல பெண்களின்பின்னே அலைவதும் மிருக குணம்தான்! இதற்கெல்லாம் மறுபிறவியில் என்ன தண்டனை தெரியுமா?'

'மறுபிறவியா? அப்படியென்றால் என்ன?'

'இப்போது, நீ ராத்திரி தூங்குகிறாய், மறுபடி காலையில் விழித்து எழுகிறாய் அல்லவா? அதுபோல, உன்னுடைய இந்தப் பிறவி முடிந்ததும் நீ இன்னோர் இடத்தில் புதிதாகப் பிறப்பாய். அதைத்தான் மறுபிறவி என்று சொல்கிறோம்!'

'நிஜமாகவா?' நாகர் தலைவனின் கண்கள் வியப்பால் விரிந்தன, 'என்னால் நம்பமுடியவில்லையே!'

'இப்போது, நீ உயிரோடு இருக்கிறாய், உன் உடலில் நெருப்பு வைத்தால் என்ன ஆகும்?'

'ஐயோ, சுடும்!'

'ஆனால், நீ இறந்தபிறகு, உன் உடலை வெட்டினாலும் குத்தினாலும், எரித்தாலும் உனக்கு ஒன்றும் தெரியாது. அல்லவா?'

'ஆமாம்!'

'அப்படியானால், நீ உயிரோடு இருப்பதற்கும், இறப்பதற்கும் நடுவே உன் உடம்பிலிருந்து ஏதோ பிரிந்து சென்றிருக்கிறது. அதனால்தான் உன் உடல் சுடுவதுபோன்ற உணர்ச்சிகளை இழந்துவிட்டது. இல்லையா?'

'உண்மைதான்.'

'அந்த 'ஏதோ'தான், உன்னுடைய உயிர். ஒருநாள் உன் உடலில் இருந்து பிரிந்து செல்கிற உயிர் பல தூரம் கடந்து சென்று வேறு ஏதாவது இடத்தில் புகுந்துகொள்ளும். அதுதான் மறுபிறவி.'

'இந்தப் பிறவியில் நல்லது செய்கிறவர்களுக்கு இன்பமான சொர்க்கம் கிடைக்கும். கெட்டது செய்கிறவர்களுக்குத் துன்பம் நிறைந்த நரகம் கிடைக்கும். இது ஒன்றுதான் நிலையான உண்மை!'

சாதுவன் இப்படி விளக்கமாகச் சொன்னதும் நாகர் தலைவன் மனம் மாறினான். தனக்கு அறநெறிகளை எடுத்துச்சொன்ன

சாதுவன் காலில் விழுந்து வணங்கினான், 'நண்பனே, என் கண்ணைத் திறந்துவிட்டாய், நானும் என் கூட்டத்தாரும் இதுவரை பலவிதமான தவறுகளைச் செய்துவந்திருக்கிறோம் என்பது புரிகிறது. எங்களை நரகம் வாட்டாமல் சொர்க்கம் கிடைக்கும்படி நல்ல வழிமுறைகளை விளக்கிச் சொல்' என்றான்.

'நல்லது நண்பனே. இனிமேல் கப்பல் உடைந்து மக்கள் யாராவது இங்கே வந்தால் அவர்களைக் கொல்லாதீர்கள். மரியாதையோடு அவர்களுக்கு வேண்டிய உதவிகளைச் செய்து கொடுத்துக் காப்பாற்றுங்கள். மது, மாமிசம், முறையில்லாத உறவுகள் போன்றவற்றைத் தவிர்த்துவிடுங்கள்.'

சாதுவனின் அறிவுரைகள் நாகர் தலைவனுக்கு மிகவும் மகிழ்ச்சி அளித்தன. அவனுக்கு ஏதாவது பரிசு தரவேண்டும் என்று விரும்பினான்.

அதுவரை அந்த நாகர் கூட்டத்திடம் வந்து சிக்கிக்கொண்ட எல்லோரையும் அவர்கள் கொன்று தின்றிருந்தார்கள். இப்படி இறந்தவர்களுடைய ஆடைகள், நகைகள், மற்ற விலை உயர்ந்த பொருள்களையெல்லாம் ஓர் இடத்தில் குவித்துவைத்திருந்தார்கள்.

அந்தப் புதையலை சாதுவனுக்குக் காட்டினான் நாகர் தலைவன், 'இதில் எதை வேண்டுமானாலும் எடுத்துக்கொள்!'

சாதுவனுக்கு மகிழ்ச்சி. தனக்கு வேண்டிய பொருள்களையெல்லாம் எடுத்துக்கொண்டான். அந்தப் பக்கமாக வந்த சந்திரதத்தன் என்பவனுடைய கப்பலில் ஏறிப் புகார் நகரம் திரும்பினான்.

அங்கே அவனுடைய மனைவி, கற்பில் சிறந்த ஆதிரை கணவனுக்காகக் காத்திருந்தாள். அவனைப் பார்த்ததும் 'அன்றைக்குச் சொன்ன அசரீரி பலித்தது' என்று மட்டற்ற மகிழ்ச்சி அடைந்தாள்.

அதன்பிறகு, சாதுவன் தன்னுடைய பொருள்களை விற்பனை செய்து நன்றாகச் சம்பாதித்தான். அதைத் தானே

சேர்த்துவைக்காமல் எல்லோருக்கும் தானம் கொடுத்து மகிழ்ந்தான். ஆதிரையும் அவனும் ஆதர்ச தம்பதிகளாகப் புகழ் பெற்றார்கள்.

ஆதிரையின் கதையைக் கேட்ட மணிமேகலை மிகவும் மகிழ்ந்தாள், 'இப்படிப்பட்ட ஒரு பத்தினியிடம்தான் இந்த அமுதசுரபியில் முதல் பிச்சை பெறவேண்டும்' என்றாள், 'காயசண்டிகை, ஆதிரையைப்பற்றி விளக்கிச் சொன்ன உனக்கு நன்றி. அந்தப் பெண்ணரசியின் வீடு எங்கே உள்ளது? அதை எனக்குக் காட்டுவாயா?'

காயசண்டிகை மகிழ்ச்சியோடு சம்மதித்தாள். மணிமேகலையை அந்த வீட்டுக்கு அழைத்துச்சென்றாள்.

ஆதிரையின் வீட்டு வாசலில் நின்ற மணிமேகலை, 'அம்மா' என்று குரல் கொடுத்தாள்.

சில விநாடிகள் கழித்து வெளியே வந்த ஆதிரை மணிமேகலையின் கையில் உள்ள அமுதசுரபியைப் பார்த்தாள். அதை வணங்கிச் சாப்பாடு இட்டாள், 'இந்த உணவு இன்னும் பலமடங்காகப் பெருகட்டும், பூமிமுழுவதும் பசி நோய் தீரட்டும்!'

35. எடுக்க எடுக்கக் குறையாது

மணிமேகலை அமுதசுரபியை ஆச்சர்யத்துடன் பார்த்தாள்.

சில விநாடிகளுக்கு முன்புதான் அதில் ஆதிரை சிறிதளவு அன்னம் இட்டிருந்தாள். ஆனால் இப்போது, அது பாத்திரம் முழுவதும் நிறைந்து நிற்கிறது.

அமுதசுரபிப் பாத்திரத்தின் சிறப்பைப்பற்றி தீவதிலகையும் அறவணடிகளும் ஏற்கெனவே விரிவாகச் சொல்லியிருந்தார்கள். ஆனால் மணிமேகலை அதை இப்போதுதான் நேருக்கு நேராகப் பார்க்கிறாள்!

அதற்குள், யார் சேதி சொன்னார்களோ, மணிமேகலையைச் சுற்றிப் பெரிய கூட்டம் கூடியிருந்தது.

மணிமேகலை அவர்களைக் கருணையோடு பார்த்தாள். பசியால் துவண்ட உடல்கள், சிரிப்பை மறந்த முகங்கள், ஏக்கப் பெருமூச்சுடன் அவள் கையில் இருக்கும் அமுதசுரபிப் பாத்திரத்தையே பார்த்துக்கொண்டிருக்கும் கண்கள்!

'வாருங்கள்' என்றாள் மணிமேகலை, 'உங்கள் எல்லோருக்கும் உணவு இருக்கிறது, வந்து வாங்கிக்கொள்ளுங்கள்!'

முதல் வரிசையில் நின்றிருந்த ஒரு பெண்ணுக்குச் சந்தேகம், 'அம்மா, இந்தப் பாத்திரம் மிகவும் சிறியதாக இருக்கிறதே. இதில் உள்ள உணவு எங்கள் எல்லோருக்கும் போதுமா?' என்று கேட்டாள்.

'கவலைப்படாதீர்கள், இது தெய்வப் பாத்திரம். இதில் உள்ள உணவு எடுக்க எடுக்கக் குறையாது' என்றாள் மணிமேகலை, 'நீங்கள் மட்டுமில்லை, இன்னும் பல நூறு, பல ஆயிரம் பேர் வந்தாலும்கூட, அவர்கள் எல்லோருக்கும் தேவையான உணவை இந்தப் பாத்திரம் அள்ளி அள்ளிக் கொடுக்கும்!'

அவர்கள் ஆச்சர்யத்தோடு வரிசையில் வந்தார்கள். ஒவ்வொருவராக மணிமேகலையை வணங்கி நிற்க, அவள் அமுதசுரபியிலிருந்து உணவை எடுத்து அவர்களுடைய பாத்திரத்தில் இட்டாள்.

மணிமேகலை ஒவ்வொரு கவளத்தைக் கையில் எடுத்தவுடன், அமுதசுரபியில் மேலும் உணவு நிறைந்தது. அங்கிருந்த எல்லோரும் திருப்தியாகச் சாப்பிட்டு முடித்தும்கூட, அந்தப் பாத்திரம் காலியாகவே இல்லை.

வந்தவர்கள் பசி தீர்ந்து, மணிமேகலையை வாழ்த்திவிட்டுக் கிளம்பினார்கள். அவள் பெரும் திருப்தியோடு அங்கிருந்து புறப்பட்டபோது, காயசண்டிகை அவளுடைய கண்ணில் பட்டாள்.

'பெண்ணே, நீதான் சரியான நேரத்தில் ஆதிரையின் வீட்டைக் காண்பித்து உதவினாய். உன்னுடைய வழிகாட்டுதலால்தான் அமுதசுரபி நிறைந்தது, இந்த ஏழைகளின் பசியைப் போக்கமுடிந்தது. உனக்கு என்னுடைய நன்றி' என்றாள் மணிமேகலை, 'நீ யார்? உன்னுடைய கதை என்ன? அதைச் சொல்லவில்லையே!'

காயசண்டிகை விரக்தியாகச் சிரித்தாள். தன்னுடைய சரித்திரத்தைச் சொல்ல ஆரம்பித்தாள்.

'அம்மா, என்னுடைய சொந்த ஊர், வடக்கு திசையில் உள்ள காஞ்சனபுரம். அங்கேதான் நான் என்னுடைய கணவருடன் மகிழ்ச்சியாக வாழ்ந்துகொண்டிருந்தேன்.'

'ஒருநாள், நானும் என் கணவரும் தெற்குப்பக்கமாகப் புறப்பட்டு வந்தோம், இங்கே உள்ள பொதிகை மலையின் கம்பீரத்தையும் இயற்கை எழிலையும் பார்த்து வியந்துபோய் நின்றோம்.'

'இப்படி நாங்கள் பசுமையான காட்சிகளை வேடிக்கை பார்த்துக்கொண்டு நடந்து சென்றபோது, அங்கே ஒரு பெரிய நாவல்பழத்தைப் பார்த்தேன். அது ஒரு தேக்கு இலையின்மீது வைக்கப்பட்டிருந்தது.'

'அந்தப் பழத்தைப் பார்த்தவுடன், எனக்குள் இருந்த குறும்புக்காரி விழித்துக்கொண்டாள். அது யாருடைய பழம், எதற்காக அங்கே வைக்கப்பட்டிருக்கிறது என்றெல்லாம் யோசிக்காமல் உடனடியாக அதை மிதித்துச் சிதைத்துவிட்டேன்!'

'அதுதான் தாயே நான் செய்த மிகப் பெரிய தவறு. யோசிக்காமல் செய்துவிட்ட அந்தப் பிழைக்கான தண்டனையை நான் இந்த விநாடிவரை அனுபவித்துக்கொண்டிருக்கிறேன்.'

'தண்டனையா? என்ன தண்டனை?' குழப்பத்தோடு கேட்டாள் மணிமேகலை, 'நான் உனக்கு உதவி செய்ய விரும்புகிறேன். தயவுசெய்து என்ன நடந்தது என்று கொஞ்சம் விளக்கமாகச் சொல் காயசண்டிகை!'

36. யானைத்தீ

அந்த முனிவர் பெயர் விருச்சிகன்.

பொதிகை மலைப் பகுதியில் தவம் செய்துகொண்டிருந்த அந்த விருச்சிக முனிவர், நம்மைப்போல் தினமும் மூன்று வேளை சூசாப்பாட்டை வெளுத்துக்கட்டுகிறவர் கிடையாது. பன்னிரண்டு வருடங்களுக்கு ஒருமுறைதான் சாப்பிடுவார். அதுவும் ஒரே ஒரு பழம்தான் சாப்பிடுவார்!

அது எப்படி? முனிவர் பசி மறந்தவரா?

இல்லை. அவர் சாப்பிடுகிற அந்தப் பழத்தில்தான் விசேஷமே. அதை உண்டவர்கள் அடுத்த பன்னிரண்டு வருடங்கள் அன்ன, ஆகாரம் இல்லாமல் வேலையைக் கவனிக்கலாம். அதனால் விருச்சிக முனிவரின் தவம் இடையூறு இல்லாமல் நடந்துகொண்டிருந்தது.

அப்படி என்ன விசேஷப் பழம்?

அது ஒரு கறுப்பு நிற நாவல்பழம். மற்ற நாவல்பழங்களைப்போல் சிறிய அளவில் இருக்காது, பனம்பழம்போல மிகப் பெரியதாகப்

பந்து வடிவத்தில் இருக்கும். பொதிகை மலையில் உள்ள ஒரு குறிப்பிட்ட மரத்தில்மட்டும்தான் அது கிடைக்கும்.

அந்த மரம், பன்னிரண்டு வருடங்களுக்கு ஒருமுறைதான் காய்க்கும். காய் நன்றாகப் பழுத்தவுடன் அதைப் பறித்துச் சாப்பிட்டுவிட்டால் அடுத்த பன்னிரண்டு வருடங்கள் சாப்பாட்டைப்பற்றிக் கவலைப்படவேண்டியதில்லை.

விருச்சிக முனிவர் அதைத்தான் செய்தார். ஒரு நாவல்பழம், பன்னிரண்டு வருடத் தவம், மறுபடியும் இன்னொரு நாவல்பழம், பன்னிரண்டு வருடத் தவம் என்று சுழற்சி தொடர்ந்தது.

இன்றைக்கு, அந்த மரத்தில் அபூர்வக் கனி ஒன்று பழுத்திருக்கிறது. விருச்சிக முனிவரும் பன்னிரண்டு வருடங்களுக்குப்பிறகு அதைப் பறித்துச் சாப்பிடப்போகிறார்.

விருச்சிக முனிவர் அதிகாலையிலேயே எழுந்துவிட்டார். அந்தக் கறுப்பு நாவல்பழத்தைப் பறித்துக் கழுவி ஒரு தேக்கு இலையில் வைத்தார். குளித்துவிட்டு வந்து சாப்பிடலாம் என்று ஆற்றை நோக்கிச் சென்றார்.

அந்த நேரத்தில்தான் காயசண்டிகை தன் கணவரோடு அங்கே வந்தாள். தேக்கு இலையில் வைத்திருக்கிற நாவல்பழத்தைக் கண்டாள். விளையாட்டாக அதை உதைத்துச் சிதைத்துவிட்டாள்.

குளித்துவிட்டு வந்த விருச்சிக முனிவர் சிதைந்து கிடக்கும் நாவல்பழத்தைப் பார்த்தார். அதிர்ந்துபோனார்.

பின்னே? பன்னிரண்டு வருடங்களுக்குப்பிறகு அவர் இன்றைக்குதான் சாப்பிடப்போகிறார். இந்த நாவல்பழம் சிதைந்துவிட்டதால், அவர் இன்றைக்குப் பட்டினி கிடக்கவேண்டியதுதான்.

இன்றுமட்டுமல்ல, இன்னும் பன்னிரண்டு ஆண்டுகளுக்கு இந்த விசேஷக் கனி மீண்டும் கிடைக்காது. ஆகவே, முனிவர் அவ்வளவு காலம் பசியோடு காத்திருக்கவேண்டிய நிலைமை.

விருச்சிக முனிவருக்குக் கோபம் பொங்கியது, 'யார் இந்த அநியாயத்தைச் செய்தது?' என்று சுற்றிலும் பார்த்தார்.

அங்கே காயசண்டிகை நடுக்கத்தோடு நின்றிருந்தாள், 'என்னை மன்னித்துவிடுங்கள் முனிவரே, தெரியாமல் தவறு செய்துவிட்டேன்!' என்று கெஞ்சினாள்.

'தெரிந்து செய்தாலும், தெரியாமல் செய்தாலும் தவறு தவறுதானே?' என்றார் முனிவர், 'உன்னுடைய குறும்பினால் நான் இன்னும் பன்னிரண்டு வருடங்கள் பட்டினி கிடக்கப்போகிறேன். என்னை இப்படி ஒரு நிலைமைக்குத் தள்ளிய நீ, பறக்கும் சக்தியை இழப்பாய், அடுத்த பன்னிரண்டு ஆண்டுகளுக்கு உனக்கு யானைத்தீ என்கிற நோய் வரும்!' என்று சாபமிட்டார்.

'யானைத்தீயா?' மணிமேகலைக்குப் புரியவில்லை, 'அப்படியென்றால் என்ன?'

'அது ஒரு மிகக் கொடுமையான பசி நோய்' என்றாள் காயசண்டிகை, 'இந்த வியாதியால் அவதிப்பட்டவர்கள் எதைச் சாப்பிட்டாலும் வயிறு நிரம்பாது, ஒரு யானை சாப்பிடுகிற அளவுக்கு உணவைத் தின்றாலும்கூடத் தொடர்ந்து பசித்துக்கொண்டேதான் இருக்கும்!'

'அடடா!' பரிதாபத்தோடு உச்சுக்கொட்டினாள் மணிமேகலை, 'உனக்குச் சாபம் கொடுத்த முனிவர் அதற்கு விமோசனம் எதுவும் சொல்லவில்லையா? இந்த நோய்க்கு மருந்தே கிடையாதா?'

'மருந்து உண்டு' என்றாள் காயசண்டிகை, 'ஆனால் உடனடியாக அல்ல, விருச்சிக முனிவர் பன்னிரண்டு வருடங்கள் பசியால் தவிப்பதுபோல் நானும் அவதிப்படவேண்டும். அதன்பிறகு, அந்த நாவல்மரத்தில் இன்னொரு புதிய பழம் பழுக்கும், அவர் அதைப் பறித்துச் சாப்பிடுவார், அப்போதுதான் என்னுடைய சாபம் தீரும்!'

'அன்றிலிருந்து, நான் பெரும்பசியால் துடிக்கிறேன். எங்கே யாரிடம் எவ்வளவு உணவு வாங்கிச் சாப்பிட்டாலும் என் பசி அடங்கவில்லை' மிகுந்த வேதனையோடு சொன்னாள் காயசண்டிகை, 'ராமாயணத்தில் ராமர் ராவணனை எதிர்த்துப் போரிடுவதற்காக இலங்கை செல்ல முடிவெடுத்தார். அப்போது அவருக்கு உதவி செய்யவந்த குரங்குகள் பெரிய பெரிய பாறைகளைக் கடலுக்குள் தூக்கிப் போட்டன. அந்தக் கடல் அத்தனை பாறைகளையும் விழுங்கிவிட்டது. அதுபோல, எவ்வளவு சாப்பிட்டாலும் திருப்தி இல்லாதவளாகத் திரிந்துகொண்டிருக்கிறேன்.'

காயசண்டிகையின் நிலைமையை எண்ணி மணிமேகலை மிகவும் வருந்தினாள். அவளுக்கு எப்படியாவது உதவி செய்யவேண்டுமே என்று தவித்தாள்.

'ஆனால், பொதிகைமலையிலிருந்து நீ எப்படி இங்கே வந்தாய்? முனிவர் தந்த சாபத்துக்குப்பிறகு உன்னால்தான் பறக்கமுடியாதே!'

'அது ஒரு பெரிய கதை' பெருமூச்சுவிட்டாள் காயசண்டிகை, 'நான் முனிவரின் நாவல்பழத்தைச் சிதைத்தவுடன், என் கணவர் காஞ்சனன் மிகவும் பயந்துவிட்டார். முனிவர் இப்படி ஒரு சாபத்தைக் கொடுத்துவிட்டதால் அவருக்கு இன்னும் வருத்தமாகிவிட்டது!'

'காயசண்டிகை, நீ நல்லவள்தான். ஆனால் சூழ்நிலை காரணமாக இப்படி ஒரு சாபத்தில் மாட்டிக்கொண்டுவிட்டாய்' என்றான் காஞ்சனன், 'ஆனால், நீ எதற்கும் கவலைப்படாதே, உன்னை நான் பார்த்துக்கொள்கிறேன், உனக்கு என்னவெல்லாம் தேவையோ என்னிடம் கேள், நான் கொண்டுவந்து தருகிறேன்.'

பரபரப்பாக அங்கேயும் இங்கேயும் ஓடிய காஞ்சனன் ஒவ்வொரு மரமாக ஏறி இறங்கினான். நன்கு பழுத்த பழங்கள், காய்கள், கிழங்குகளையெல்லாம் பறித்துக் கொண்டுவந்து காயசண்டிகைக்குக் கொடுத்தான்.

அதற்குள், காயசண்டிகைக்கு நன்றாகப் பசிக்க ஆரம்பித்திருந்தது. கணவன் கொண்டுவந்து கொடுத்ததையெல்லாம் அள்ளி அள்ளிச் சாப்பிட்டாள். அப்போதும் அவளுடைய பசி அடங்கவே இல்லை, 'இப்போது நான் என்ன செய்வேன்?'

காஞ்சனன் தவித்தான். காயசண்டிகை பறப்பதை மறந்துவிட்டதால், அவனால் தன் மனைவியைக் கூட அழைத்துக்கொண்டு ஊர் திரும்பமுடியவில்லை.

ரொம்ப யோசித்தபிறகு, அவன் ஒரு முடிவுக்கு வந்தான், 'காயசண்டிகை, இந்தத் தமிழ்நாட்டில் கருணை மனப்பான்மை கொண்ட வள்ளல்கள் அதிகம். நீ போதும் போதும் என்கிற அளவுக்கு உணவை அள்ளித்தரக்கூடியவர்கள் இருக்கிறார்கள். நீ அவர்களிடம் சாப்பாடு பெற்றுக்கொண்டு இங்கேயே இரு, நான் அவ்வப்போது வந்து உன்னைக் கவனித்துக்கொள்கிறேன்' என்றான்.

'அப்படியானால்? நீங்கள் என்னைப் பிரிந்து செல்லப்போகிறீர்களா?' கண்ணீரோடு கேட்டாள் காயசண்டிகை.

'கவலைப்படாதே பெண்ணே, பன்னிரண்டு வருடங்கள்தானே? நொடிப்பொழுதில் ஓடிவிடும்' என்று அவளுக்கு ஆறுதல் சொன்னான் காஞ்சனன். அவளது கண்ணீரைத் துடைத்துவிட்டு வானில் ஏறி மறைந்தான்.

அதன்பிறகு, காயசண்டிகையும் ஒருவழியாக மனத்தைத் தேற்றிக்கொண்டாள். பக்கத்தில் ஏதாவது பெரிய ஊர் இருக்கிறதா என்று தேடி நடக்க ஆரம்பித்தாள்.

அப்படிப் பல காலம் நடந்தபிறகு, அவள் பூம்புகார் நகரத்தைச் சென்றடைந்தாள். அங்கேயே தங்கிவிட்டாள்.

தன்னுடைய சோகக்கதையைச் சொல்லிமுடித்த காயசண்டிகையின் கண்களில் நீர் பனித்திருந்தது. அதைப் பார்த்து வருந்திய மணிமேகலை அவளுக்கு ஆறுதல் சொன்னாள், 'காயசண்டிகை, நீ எதற்கும் கலங்கவேண்டாம்,

இந்த அமுதசுரபி உள்ளவரை உன்னுடைய பசிக்கு உணவு கிடைத்துக்கொண்டே இருக்கும்!'

மணிமேகலை அமுதசுரபியிலிருந்து ஒரு பிடி சாப்பாட்டை எடுத்து காயசண்டிகைக்கு அன்பாகக் கொடுத்தாள். அவளும் கண்ணீரைத் துடைத்துக்கொண்டு வாங்கிச் சாப்பிட்டாள்.

அதே விநாடி, அங்கே பொதிகை மலையில் பன்னிரண்டு வருடங்களுக்குப்பிறகு விருச்சிக முனிவர் அடுத்த நாவல் பழத்தை உண்டார். அவரது பசி தீர்ந்தது. காயசண்டிகையின் சாபம் விலகியது!

'தாயே, உனக்கு நன்றி' என்றாள் காயசண்டிகை, 'உன்னால் என்னுடைய பெரும்பசி தீர்ந்தது. இனி நான் என்னுடைய ஊருக்குத் திரும்பிச் செல்வேன்!'

'கொஞ்சம் பொறு காயசண்டிகை, உன்னுடைய கணவர் இப்போது எங்கே இருக்கிறார்?'

'அவர் ஒவ்வோர் ஆண்டும் இந்திர விழா நேரத்தில் இங்கே பறந்து வருவார். என்னுடைய தீராத பசியைப் பார்த்து வருந்துவார், இன்னும் சில வருடங்கள்தான் இருக்கிறது என்று கணக்குச் சொல்லிவிட்டுத் திரும்பிச்செல்வார். இந்தமுறை அவர் இங்கே வருவதற்குமுன்னால் நான் அவரைச் சென்று சந்திக்கப்போகிறேன்' என்றாள் காயசண்டிகை. இன்னொருமுறை மணிமேகலைக்கு நன்றி சொல்லிவிட்டு வானில் எழுந்து பறந்து சென்றாள்.

அதே நேரம், அவளுடைய கணவன் காஞ்சனன் காயசண்டிகையைத் தேடி எதிர்த் திசையில் பறந்துவந்து கொண்டிருந்தான். இதனால் என்னென்ன குழப்பங்கள் வரப்போகிறது என்பது தெரியாமல் காயசண்டிகை மகிழ்ச்சியோடு விண்ணில் பறந்தாள்.

37. தவமும் தர்மமும் நமக்கு எதற்கு?

காயசண்டிகை பறந்து சென்று நெடுநேரமானபிறகும், மணிமேகலை அவள் போன திசையையே கவனித்துக் கொண்டிருந்தாள். அதன்பிறகு, தலையை உலுக்கிக்கொண்டு பூமிக்குத் திரும்பினாள்.

எப்படியோ, காயசண்டிகையின் பன்னிரண்டு வருடப் பசி தீர்ந்துவிட்டது. ஆனால், இதே புகார் நகரில், இந்த நாட்டில், இந்த உலகத்தில் இன்னும் எத்தனையோ பேர் பசியில் தவித்துக்கொண்டிருக்கிறார்கள். அவர்களுக்கெல்லாம் உதவவேண்டியது என் கடமை, இல்லையா?

மணிமேகலை தெருவில் இறங்கி நடந்தாள். வழியில் எதிர்ப்பட்ட கோயில்களில் அமுதசுரபியை வைத்து வணங்கினாள். அதன்பிறகு, பசியால் வாடுகிறவர்களைத் தேடிச் சென்றாள்.

பல நாள்களாக உணவு இல்லாத அந்த வறியவர்களின் தேகத்தைப் பசி சுரண்டித் தின்றுகொண்டிருந்தது. அவர்களை அன்போடு பார்த்த மணிமேகலை, 'ஆபுத்திரனுடைய அமுதசுரபி இது, எல்லோரும் வந்து உணவு பெற்றுக்கொள்ளுங்கள்' என்று அழைத்தாள்.

அடுத்த விநாடி, அவள் முன்னே பல கைகள் நீண்டன. எல்லோருக்கும் உணவை அள்ளி அள்ளி வழங்கினாள் மணிமேகலை.

இதைப் பார்த்த மற்றவர்கள் ஊர்முழுக்க ஓடிப்போய்ச் சேதி சொன்னார்கள். பசியில் வாடும் ஏழைகள் எல்லோரும் புதிய நம்பிக்கையோடு மணிமேகலை இருக்கும் திசையை நோக்கிப் பயணம் செய்ய ஆரம்பித்தார்கள்.

சீக்கிரத்தில், இந்தச் செய்தி மணிமேகலையின் பாட்டி, மாதவியின் தாய் சித்திராபதியை எட்டியது. அவள் கோபத்தில் துடித்தாள்.

'ஏன் அம்மா கோபப்படுகிறீர்கள்? மணிமேகலை செய்வது நல்ல விஷயம்தானே?'

'நல்ல விஷயத்தைக்கூட யார் செய்யவேண்டும் என்று ஒரு வரையறை இருக்கிறதல்லவா? மணிமேகலை கணிகையர் குலத்தில் பிறந்தவள், நமக்கு எதற்குத் தவமும் தர்மமும்?' சீறினாள் சித்திராபதி, 'நம்முடைய குணம், அடுத்தவர்களிடமிருந்து பொருள்களைப் பெற்றுக்கொண்டு நலமாக வாழ்வதுதான். மணிமேகலைக்கு ஏன் இந்த வேண்டாத வேலை?'

'அமுதசுரபி எனும் புனிதப் பாத்திரம் மணிமேகலைக்குக் கிடைத்திருக்கிறது. அதன்மூலம் பல உயிர்களைக் காப்பாற்றுகிற அபூர்வமான பாக்கியம் வாய்த்திருக்கிறது, அதை வீணடிக்கச் சொல்கிறீர்களா?'

'வீணடிக்கவேண்டாம். பசியில் உள்ள வேறு யாரிடமாவது அந்தப் பாத்திரத்தைக் கொடுத்துவிடலாம் அல்லவா?' சித்திராபதியின் குரலில் ஆதங்கம், 'இளவரசன் உதயகுமரன் இவளையே நினைத்துத் துடித்துக்கொண்டிருக்கிறான். அவனோடு சேர்ந்து ஆனந்தமாக வாழ்வதை விட்டு அமுதசுரபியைக் கட்டிக்கொண்டு அழுகிறாள், பைத்தியக்காரி!'

'சரி விடுங்கள் அம்மா, ஒவ்வொருவருக்கு ஒவ்வொரு விருப்பம், அவர்கள் போக்கில் விட்டுவிடுவதுதான் நல்லது!'

‘அதெப்படி விடமுடியும்? நான் விடமாட்டேன். மணிமேகலையை உதயகுமரனுடன் சேர்ந்து வாழச்செய்வேன். இது என்னுடைய சபதம்’ என்று முழங்கிய சித்திராபதி, தெருவில் இறங்கினாள் உதயகுமரனின் மாளிகையை நோக்கி நடந்தாள்.

அங்கே உதயகுமரன் பளிங்கு மண்டபத்தில் அரியணையின்மீது ஒய்யாரமாகச் சாய்ந்து உட்கார்ந்திருந்தான். அவனுக்கு இருபக்கமும் பணிப்பெண்கள் சாமரம் வீசிக்கொண்டிருந்தார்கள்.

சித்திராபதி உதயகுமரனை வணங்கி நின்றாள், ‘இளவரசே, என்னை நினைவிருக்கிறதா?’

‘உங்களை மறக்கமுடியுமா? அல்லது, உங்கள் பேத்தி மணிமேகலையைத்தான் மறக்கமுடியுமா!’ ஏக்கத்தோடு எங்கோ பார்த்த உதயகுமரன், மறுவிநாடி கேலியாகச் சிரித்தான், ‘மணிமேகலை முழுத் துறவியாகிவிட்டாளாமே, அவள் நலமாக இருக்கிறாளா?’

‘இளவரசே, நீங்கள் தயவுசெய்து இந்த வதந்தியையெல்லாம் நம்பவேண்டாம். மணிமேகலை உங்களுடையவள். அதை உறுதி செய்யவேண்டியது என்னுடைய பொறுப்பு!’

இப்போது உதயகுமரன் முகத்தில் புது நம்பிக்கை பிறந்தது. பளிங்கு மண்டபத்தினுள் பார்த்த மணிமேகலையின் உருவத்தை நினைத்துப்பார்த்துப் பரவசப்பட்டான்.

ஆனால் உடனடியாக, அவன் முகம் மீண்டும் சோகத்தில் விழுந்தது, ‘வாய்ப்பே இல்லை!’ என்றான் சத்தமாக, ‘மணிமேகலை எனக்குக் கிடைக்கமாட்டாள்!’

‘ஏன் அப்படிச் சொல்கிறீர்கள்?’

‘நான் பளிங்கு மண்டபத்தில் மணிமேகலையைப் பார்த்த அன்று இரவு, ஒரு தெய்வம் என்முன்னே தோன்றியது. மணிமேகலைமேல் ஆசைப்படாதே என்று அறிவுரை சொல்லிவிட்டுப்போனது!’

உதயகுமரன் இப்படிச் சொன்னதும் சித்திராபதி கலகலவென்று சிரித்தாள், 'இளவரசே, இந்தத் தெய்வங்கள் சொல்வதையெல்லாம் பெரிதாக எடுத்துக்கொள்ளாதீர்கள். உங்களுக்கு அறிவுரை சொல்லும் அந்தத் தெய்வங்களே காதலில் சிக்கிச் சின்னாபின்னமாகவில்லையா?'

'இந்திரனை எடுத்துக்கொள்ளுங்கள், கௌதம முனிவர் மனைவி அகலிகைமீது அவன் ஆசைப்படவில்லையா, அவளைச் சுற்றி வந்து ஆயிரம் கண்களைச் சாபமாகப் பெறவில்லையா?'

'இப்படிப் பெண்கள்மீது ஆசைப்பட்டுப் புத்தி கெட்ட கடவுள்கள் பல பேர் இருக்கிறார்கள். அவர்கள் சொல்வதையெல்லாம் நீங்கள் ஒரு பெரிய விஷயமாகக் கருதவேண்டியதில்லை.'

'அப்படியானால், மணிமேகலை எனக்குக் கிடைப்பாளா?'

'கண்டிப்பாக! அதில் உங்களுக்குச் சந்தேகமே வேண்டாம்' என்றாள் சித்திராபதி, 'மணிமேகலை கணிகையர் குலத்தைச் சேர்ந்தவள், அவள் என்னதான் தவம் இருந்தாலும், தர்மம் செய்தாலும் கடைசியில் உங்களைப்போன்ற வீரர்களின் காலடியில்தான் வந்துவிழுவாள், இது நிச்சயம்!'

உதயகுமரனின் கண்களில் புது ஒளி பரவியது, 'இப்போதே நான் மணிமேகலையைப் பார்க்கவேண்டும்' என்று எழுந்து நடந்தான்.

38. உருமாற்றம்

'மணிமேகலை!'

அமுதசுரபியிலிருந்து ஏழைகளுக்கு உணவளித்துக்கொண்டிருந்த மணிமேகலை உதயகுமரனின் குரல் கேட்டுத் திடுக்கிட்டுத் திரும்பினாள். அங்கே அவனைச் சற்றும் எதிர்பாராத அதிர்ச்சியில் அவள் உடல் நடுங்கியது.

அதேசமயம், மணிமேகலையால் உதயகுமரனை வெறுக்க முடியவில்லை, 'முன்பிறவியில் இவன் என்னுடைய கணவன் ராகுலன் அல்லவா?' என்று நினைத்து மயங்கினாள்.

'மணிமேகலை, அது பழைய பிறவி. அப்போது நீ திருமணம் செய்துகொண்டு இல்லறத்தில் வாழ்ந்தாய். ஆனால் இப்போது? நீ ஒரு துறவி. உதயகுமரன்மீது அக்கறை காட்டுவது, நியாயமில்லை!' என்றது அவளது மனசாட்சி, 'அவனை மறந்துவிடு, உன்னுடைய தர்மச் செயல்களில் கவனத்தைத் திருப்பு!'

உதயகுமரன் பெருகிய காமத்தோடு மணிமேகலையை நெருங்கிவந்தான், 'பெண்ணே, நீ எனக்குரியவள், ஏன் இப்படித் தவம், தர்மம் என்று அவதிப்படுகிறாய்? இப்போதே என்னுடைய தேரில் ஏறிக்கொள், நீ எந்தக் குறையும் இல்லாமல் மகாராணிபோல் வாழலாம்!'

‘என்னை மன்னித்துவிடுங்கள் இளவரசே’ என்றாள் மணிமேகலை, ‘என்னால் அது முடியாது. நான் துறவறத்தை வாழ்க்கை நெறியாக ஏற்றுக்கொண்டுவிட்டேன்!’

‘ஏன் மணிமேகலை, ஏன்?’

‘இளவரசே, இந்த அற்ப உடலின்மீது நீங்கள் ஏன் அப்படி ஓர் ஆசை செலுத்துகிறீர்கள்? நாம் இந்தப் பூமியில் பிறக்கிறோம், வளர்கிறோம், முதியவர்களாகிறோம், நோய் வருகிறது, வருந்துகிறோம், செத்துப்போகிறோம், அவ்வளவுதான் இந்த உடம்புக்கு மரியாதை.’

‘மனித உடல் என்பது, துன்பங்களைச் சேர்த்துவைத்துக்கொள்ளும் ஒரு பாத்திரம் என்று நான் புரிந்துகொண்டுவிட்டேன். அதனால்தான், அதில் கவனத்தைச் செலுத்தாமல் தர்மச் செயல்களில் ஈடுபட ஆரம்பித்தேன். நீங்களும் அதையே செய்யவேண்டும் என்பது என்னுடைய விருப்பம்!’

மணிமேகலை என்னதான் விளக்கம் சொன்னாலும், உதயகுமரனின் மனம் மாறவில்லை. அவன் மணிமேகலையிடம் காதல் மொழிகளைப் பேசியபடி அங்கேயே நின்றிருந்தான்.

ஒருகட்டத்தில், மணிமேகலை பொறுமையிழந்துவிட்டாள். அவனைவிட்டு விலகி, சம்பாபதிக் கோயிலுக்குள் சென்றாள்.

அங்கே சம்பாபதியை வணங்கி நின்றபோது, மணிமேகலைக்கு ஒரு நல்ல யோசனை தோன்றியது, ‘இளவரசன் உதயகுமரனுக்கு இந்த முகம், இந்த உடலின்மீதுதானே ஆசை? நான் ரகசியமாக இந்த முகத்தை மாற்றிக்கொண்டு வேறு உருவம் எடுத்துவிட்டால்? மணிமேகலையைக் காணவில்லை என்று அவன் ஏமாந்துவிடுவான், என்மீது இருக்கும் ஆசையை மறந்துவிடுவான்!’

நினைத்த நேரத்தில் நினைத்த உருவத்துக்கு மாறும் மந்திரம் மணிமேகலைக்கு ஏற்கெனவே தெரியும். ஆனால், அவள் யாருடைய உருவத்தை எடுத்துக்கொள்வது? அதனால் ஏதாவது குழப்பம் வந்துவிட்டால் என்ன செய்வது?

சட்டென்று அவளுக்குக் காயசண்டிகையின் நினைவு வந்தது, 'அவள்தான் இப்போது புகார் நகரத்தில் இல்லையே. அவளுடைய உருவத்தை நான் ஏற்றுக்கொண்டுவிட்டால் யாரும் சந்தேகப்படமாட்டார்கள், எந்தக் குழப்பமும் வராது!'

சம்பாபதித் தெய்வத்தை இன்னொருமுறை வணங்கினாள் மணிமேகலை. கண்களை மூடிக்கொண்டபடி உருமாறுவதற்கான மந்திரத்தை உச்சரித்தாள்.

மறுவிநாடி, அங்கிருந்த மணிமேகலை மறைந்தாள். அதற்குப் பதிலாக காயசண்டிகையின் உருவத்தை ஏற்றுக்கொண்டிருந்தாள் அவள்.

'இனிமேல், உதயகுமரனால் எந்தப் பிரச்னையும் வராது!' என்று நினைத்துக்கொண்டபடி கோயிலில் இருந்து வெளியே வந்தாள் மணிமேகலை. அதாவது, காயசண்டிகை வடிவத்தில் இருந்த மணிமேகலை.

கோயில் வாசலில் உதயகுமரன் இன்னும் காத்திருந்தான். காயசண்டிகையைப் பார்த்தவுடன், 'பெண்ணே, மணிமேகலை எங்கே?' என்று விசாரித்தான்.

மணிமேகலை தனக்குள் சிரித்துக்கொண்டாள். அப்போது உதயகுமரன் அவள் கையில் இருந்த அமுதசுரபியைப் பார்த்துவிட்டான்.

'இந்தப் பாத்திரம் எப்படி உன் கைக்கு வந்தது?' அதிர்ச்சியோடு கேட்ட உதயகுமரன், மறுவிநாடி அவனே தன்னுடைய கேள்விக்குப் பதிலும் சொல்லிக்கொண்டான், 'மணிமேகலை என்னுடைய காதலுக்குப் பதில் சொல்லப் பயந்துவிட்டாளா? அமுதசுரபியை உன் கையில் கொடுத்துவிட்டு மந்திரத்தால் தன்னை மறைத்துக்கொண்டுவிட்டாளா?'

'நான் இப்போது சொல்கிறேன். மணிமேகலை என்ன மாயம் செய்தாலும் சரி, என்னைவிட்டு எங்கே ஓடினாலும் சரி, அவளை அடையாமல் விடமாட்டேன். இது சத்தியம்!'

உதயகுமரன் இப்படிச் சத்தியம் செய்தபோது, அங்கே ஒரு பலமான சிரிப்புச் சத்தம் கேட்டது. சிரித்தது மணிமேகலை அல்ல, சம்பாபதிக் கோயிலின் சுவரில் செதுக்கப்பட்டிருந்த சிற்பப் பாவை ஒன்று.

'பாவையே, ஏன் சிரிக்கிறாய்?' கோபத்தோடு கேட்டான் உதயகுமரன்.

'இளவரசனே, நீ செய்த சபதம் நிறைவேறாது. பயனில்லாத வேலைகளை விட்டுவிடு! மணிமேகலையை மறந்துவிடு!' என்றது அந்தப் பாவை.

உதயகுமரன் நொந்துபோனான், 'அன்றைக்கு அந்த மணிமேகலா தெய்வமும் இதையேதான் சொன்னது. இப்போது இந்தச் சித்திரப் பாவையும் என்னிடம் மணிமேகலையை மறக்கச் சொல்கிறது, என்ன கொடுமை இது!' என்று புலம்பியபடி அங்கிருந்து கிளம்பினான்.

மணிமேகலை நிம்மதிப் பெருமூச்சுவிட்டாள். இனிமேல் உதயகுமரனால் எந்தத் தொல்லையும் இருக்காது என்கிற நம்பிக்கையோடு காயசண்டிகை வடிவத்தில் எல்லோருக்கும் உணவு அளித்துவந்தாள்.

39. சிறைச்சாலைக்குள் அமுதசுரபி

ஒரே ஒரு பாத்திரம், மணிமேகலையை எப்படியெல்லாமோ மாற்றிவிட்டது!

கடந்த பல நாள்களாக, அவள் வேறெதைப்பற்றியும் சிந்தனை செய்வதில்லை. எந்நேரமும் அமுதசுரபியின்மூலம் யாருடைய பசியைத் தீர்க்கலாம் என்றுமட்டும்தான் யோசித்துக்கொண்டிருக்கிறாள்.

முன்பு, பசித்தவர்கள் மணிமேகலையைத் தேடி வந்தார்கள். அவள் அள்ளித்தருகிற உணவைப் பெற்றுக்கொண்டு மகிழ்ச்சியோடு திரும்பிச் சென்றார்கள்.

ஆனால், மணிமேகலைக்கு இது முழுத் திருப்தி அளிக்கவில்லை, 'பசியால் வாடுகிறவர்கள் எங்கு வேண்டுமானாலும் இருக்கலாம், அவர்கள் என்னைத் தேடி வரமுடியாதபடி முதியவர்களாகவோ, உடல் ஊனமுற்றவர்களாகவோ, வேறு பிரச்னைகளில் மாட்டித் தவிப்பவர்களாகவோ இருக்கலாம். அவர்களுக்கும் இந்த அமுதசுரபியின்மூலம் உணவு கொடுக்கவேண்டுமே!' என்று யோசித்தாள். அவளே வறியவர்களைத் தேடி ஒவ்வொரு தெருவாக, ஒவ்வோர் ஊராக நடக்க ஆரம்பித்தாள்.

யாரோ கேட்டார்கள், 'மணிமேகலை, நீ எல்லோருக்கும் உணவு கொடுக்கிறாயே, மன்னனின் சிறைக்கூடத்தில் பல கைதிகள் இருக்கிறார்கள், அவர்களுக்கும் உன்னுடைய அமுதசுரபி அன்னம் இடுமா?'

'கண்டிப்பாக' என்றாள் மணிமேகலை, 'தர்மம் செய்வது என்று வந்துவிட்டால் நாம் எந்தப் பாகுபாடும் பார்க்கக்கூடாது, எல்லோருக்கும் அள்ளித் தருவதுதான் முறை!'

'ஆனால், அவர்கள் தப்பு செய்தவர்கள் ஆயிற்றே. அதற்குத் தண்டனையாகத்தானே மன்னன் அவர்களைச் சிறையில் அடைத்துவைத்திருக்கிறான்?'

'அதனால் என்ன? எல்லோருக்கும் பசி பொது, அல்லவா?'

உடனடியாக, மணிமேகலை சிறைக்கூடத்தை நோக்கி நடந்தாள். அங்குள்ள எல்லோருக்கும் உணவு வழங்கி மகிழ்ந்தாள்.

அந்தச் சிறைக்கூடத்தில் இருந்த காவலர்கள் இந்தக் காட்சியை ஆச்சர்யத்தோடு பார்த்தார்கள், 'ஒரே ஒரு பாத்திரம், அதிலிருந்து இத்தனை பேருக்கும் உணவு வழங்கமுடியுமா? இது எப்படி?' என்று வியந்தார்கள்.

'யார் இந்தப் பெண்? மந்திரவாதியா?'

'தெரியவில்லையே! நாம் உடனடியாக அரசரைப் போய்ப் பார்த்து இவளைப்பற்றிச் சொல்லவேண்டும்.'

காவலர்கள் அவசரமாக ஓடினார்கள். சோழ மன்னனைத் தேடினார்கள்.

சோழ அரசன் அப்போது பூஞ்சோலையில் தன் மனைவியோடு தங்கியிருந்தான். அவன்முன்னே காவலர்கள் சென்று வணங்கினார்கள், 'அரசர் வாழ்க, உங்கள் குலம் வாழட்டும், பகைவர்கள் அழியட்டும்!'

'என்ன விஷயம்?' அரசன் கம்பீரமாகக் கேட்டான்.

'மன்னா, நம்முடைய புகார் நகரில் காயசண்டிகை என்று ஒரு பெண் இருக்கிறாள். ரொம்ப நாளாக யானைத்தீ என்கிற பசி நோயால் அவதிப்பட்டுக்கொண்டிருந்தாள். இப்போது அவளுடைய அந்தப் பசி எப்படியோ அடங்கிவிட்டது! காரணம் யாருக்கும் தெரியவில்லை.'

'இப்போது, அந்தக் காயசண்டிகை நம்முடைய சிறைச்சாலைக்குள் நுழைந்திருக்கிறாள். அவள் கையில் ஓர் அபூர்வமான பாத்திரம் இருக்கிறது. அதன் பெயர் அமுதசுரபியாம்!'

மன்னன் புருவம் உயர்த்தினான், 'அமுதசுரபியா? அப்படியென்றால்?'

'அந்தப் பாத்திரத்தில் உணவை எடுக்க எடுக்கக் குறையாமல் பொங்கிவருகிறது மன்னா, காயசண்டிகை அந்த ஒரு பாத்திரத்தை வைத்துக்கொண்டு நம் சிறையில் இருக்கும் கைதிகள் அத்தனை பேருக்கும் உணவு வழங்கிவிட்டாள்!'

இப்போது, அவர்களுடைய ஆச்சர்யம் அரசனைத் தொற்றிக்கொண்டது, 'நிஜமாகவா?' என்றான் திகைப்புக் குரலில்.

'ஆமாம் அரசே. இந்தச் செய்தியை உங்களிடம் தெரிவிப்பதற்காகத்தான் நாங்கள் உடனே ஓடி வந்தோம்!'

'இப்போது அந்தக் காயசண்டிகை எங்கே?'

'சிறைக்கூடத்தில்தான் இருக்கிறாள் மன்னா!'

'உடனே, அவளை இங்கே அழைத்துவாருங்கள்' என்று கட்டளையிட்டான் சோழ அரசன்.

40. மணிமேகலை எங்கே?

சிறைக் காவலர்கள் மணிமேகலையை மரியாதையோடு அழைத்துவந்தார்கள்.

சோழ அரசனைக் கண்ட மணிமேகலை பணிவாக வணங்கி நின்றாள், 'மன்னர் அருள் வாழ்க!' என்று முறைப்படி போற்றினாள்.

'பெண்ணே, நீ யார்? உன்னுடைய கையில் இருக்கும் பாத்திரம் மிகவும் அபூர்வமானது என்று இவர்கள் எல்லோரும் சொல்கிறார்கள், அது நிஜமா? இந்தப் பாத்திரம் உனக்கு எப்படிக் கிடைத்தது?'

'அரசே, என் பெயர் காயசண்டிகை. நான் தொலைதூரத்திலிருந்து வருகிறேன். ஒரு சாபம் காரணமாக இந்தப் பூம்புகார் நகரத்தில் வாழ்ந்துகொண்டிருக்கிறேன்!' என்றாள் மணிமேகலை, 'நான் கையில் வைத்திருப்பது அமுதசுரபி என்கிற பிச்சைப் பாத்திரம். இதில் உணவு எடுக்க எடுக்கக் குறையாது. இந்தப் புனிதப் பாத்திரத்தை ஒரு தெய்வம் எனக்குக் கொடுத்தது.'

அரசன் அவளை ஆச்சர்யத்தோடு பார்த்தான், 'இந்தப் பாத்திரத்தை வைத்துதான் நீ இந்த ஊர் மக்கள் எல்லோருடைய பசியையும் தீர்த்துக்கொண்டிருக்கிறாயா?'

'ஆமாம் அரசே. அது என் கடமை!'

'மகிழ்ச்சி' என்றான் சோழன், 'உனக்கு நான் என்ன உதவி செய்யவேண்டும்? தயங்காமல் கேள்!'

'அரசே, எனக்கு இருப்பது ஒரே ஒரு கோரிக்கைதான்' என்றாள் மணிமேகலை, 'இந்த ஊரில் தவறு செய்தவர்களை அடைத்துவைப்பதற்கென்று அத்தனை பெரிய சிறைச்சாலையைக் கட்டிவைத்திருக்கிறீர்கள். ஆனால், அங்கே செல்கிறவர்கள் நிஜமாகவே தங்கள் தவறை உணர்ந்து திருந்துகிறார்களா என்பது தெரியவில்லை.'

'அதற்காக?'

'இந்தச் சிறைச்சாலையை அழித்து, அங்கே ஓர் அறச்சாலை அமைத்துக்கொடுங்கள்' என்று வேண்டுகோள் விடுத்தாள் மணிமேகலை, 'அங்கே நல்ல தவம் செய்த ஞானிகள் வந்து தங்கட்டும், எல்லோருக்கும் நல்ல விஷயங்களைச் சொல்லித்தரட்டும், இதன்மூலம், உங்கள் நாட்டில் கெட்ட செயல்கள் பெருகாது, குறையும், நல்ல எண்ணங்கள் அதிகரிக்கும், மக்கள் முன்பைவிட மகிழ்ச்சியோடு வாழ்வார்கள்!'

'நல்லது பெண்ணே', சோழன் தனது அமைச்சர்களை அழைத்தான், 'இந்தப் பெண் கூறியதுபோல நமது சிறைக்கூடத்தை அறக்கூடமாக மாற்றவேண்டும்' என்று கட்டளையிட்டான்.

மணிமேகலைக்கு மட்டற்ற மகிழ்ச்சி. அரசனுக்கு நன்றி சொல்லி விடைபெற்றாள்.

இந்தத் தகவல் உதயகுமரனின் காதுகளை எட்டியது. அவனுக்குக் குழப்பம், 'காயசண்டிகை அமுதசுரபியை வைத்துக்கொண்டு ஊர்முழுக்கத் தர்மம் செய்கிறாள். இந்த நேரத்தில் மணிமேகலை எங்கே ஒளிந்துகொண்டிருக்கிறாள்? அவளை எப்படிக் கண்டுபிடிப்பது?'

குழப்பத்தோடு தவித்த உதயகுமரன், கடைசியாக ஒரு முடிவுக்கு வந்தான், 'மணிமேகலையை நான் கடைசியாக

எங்கே பார்த்தேனோ, இப்போது அதே இடத்துக்கு மீண்டும் போகிறேன், அவளை மறுபடி சந்திப்பேன், என் காதலியாக மாற்றிக்கொள்வேன், இது உறுதி!'

உதயகுமரன் புறப்பட்டான்.

அதேநேரம், காயசண்டிகையின் கணவன் காஞ்சனன் பூம்புகார் நகரில் வந்து இறங்கினான். தன்னுடைய மனைவியைத் தேட ஆரம்பித்தான்.

41. உடம்பு எனும் மாயை

காயசண்டிகை எங்கே?

புகார் நகர வீதிகளில் தவிப்போடு சுற்றிக்கொண்டிருந்தான் காஞ்சனன். வழக்கமாக காயசண்டிகை தங்கியிருக்கும் அம்பலம் இப்போது வெறிச்சோடிக் கிடந்தது, பூந்தோட்டங்கள், அறக்கூடங்கள், ஊர் மன்றங்கள் என்று எல்லா இடங்களிலும் அவன் தேடிப் பார்த்துவிட்டான், காயசண்டிகையை எங்கேயும் காணவில்லை.

காஞ்சனனுக்குள் என்னென்னவோ கற்பனைகள், குழப்பங்கள், கவலைகள். 'காயசண்டிகைக்கு என்ன ஆனது? பன்னிரண்டு வருடங்களாகப் பெரும்பசியைத் தாங்கிக்கொண்டு இருந்தவள், இப்போது சாபம் விலகப்போகிற நேரத்தில் ஏதாவது தப்பான முடிவை எடுத்துவிட்டாளோ?'

பதற்றத்துடன் பூம்புகார் நகரத்தை அலசிக்கொண்டிருந்த காஞ்சனன், மணிமேகலை இருந்த தெருவுக்குள் நுழைந்தான். அங்கே அவள் பல ஏழைகளுக்கு அமுதசுரபியிலிருந்து உணவு வழங்கிக்கொண்டிருப்பதைப் பார்த்தான்.

மணிமேகலைதான் இப்போது காயசண்டிகை வடிவத்தில் இருக்கிறாளே. அவளைப் பார்த்தவுடன், தன்னுடைய மனைவி என்று நினைத்துவிட்டான் காஞ்சனன். நிம்மதிப் பெருமூச்சுடன் அவளை நெருங்கினான்.

‘காயசண்டிகை, எப்படி இருக்கிறாய்? உன்னைக் காணாமல் ஊரெல்லாம் தேடி அலைந்து நான் தவித்துப்போய்விட்டேன், தெரியுமா?’

மணிமேகலை அதுவரை காஞ்சனனைப் பார்த்தது கிடையாது. ஆகவே, அவன் யார் என்று புரியாமல் குழம்பினாள்.

‘ஏன் காயசண்டிகை என்னிடம் பேச மறுக்கிறாய்? என்மேல் ஏதாவது கோபமா?’ காஞ்சனன் கொஞ்சினான், ‘உன் கையில் உள்ளது என்ன பாத்திரம்? அந்தச் சிறிய பாத்திரத்திலிருந்து இத்தனை பேருக்கு உணவு கிடைக்கிறதே. அது எப்படி? உன்னுடைய யானைத்தீ நோயைத் தீர்ப்பதற்காக வானத்தில் வாழும் தேவர்கள் இந்தப் பாத்திரத்தைக் கொடுத்து அருளினார்களா?’

காஞ்சனன் மூச்சு விடாமல் பேசிக்கொண்டே போக, மணிமேகலைக்குக் குழப்பம் அதிகரித்தது. அவனிடம் எதுவும் பேசாமல் ஒதுங்கிச் சென்றாள்.

இப்போது, காஞ்சனன் குழம்பிப்போனான், ‘காயசண்டிகைக்கு என்மேல் என்ன கோபம்? என்னை ஏன் அலட்சியப்படுத்துகிறாள்? வழக்கமாக அவள் இப்படி நடந்துகொள்கிறவள் இல்லையே!’

காஞ்சனன் மீண்டும் மணிமேகலையை நெருங்கினான். இனிமையான காதல் மொழிகளால் அவளைக் குளிப்பாட்ட ஆரம்பித்தான்.

மணிமேகலை கூசினாள். அவனிடமிருந்து இன்னும் விலகிச் சென்றாள். இந்த நேரத்தில், உதயகுமரனின் தேர் அங்கே வந்தது. அவன் நேராக மணிமேகலையிடம் வந்தான், ‘பெண்ணே, உன் தோழி மணிமேகலை எங்கே? உண்மையைச் சொல்லிவிடு’

என்றான். தூரத்திலிருந்து இதைப் பார்த்த காஞ்சனனுக்குக் கோபம் பொங்கியது, 'யார் இவன்? காயசண்டிகையிடம் இவ்வளவு உரிமையாகப் பேசுகிறானே, ஒருவேளை இவனுக்கும் இவளுக்கும் ஏதாவது தொடர்பு இருக்குமோ?'

அங்கே மணிமேகலை உதயகுமரனுக்கு நிதானமாகப் பல அறிவுரைகளைச் சொல்ல ஆரம்பித்திருந்தாள், 'இளவரசே, அதோ, அந்த மூலையில் அமர்ந்திருக்கும் பெண்மணியைப் பார்த்தீர்களா?'

'யார்? இந்த மூதாட்டியா?'

'மூதாட்டி என்று நீங்கள் இப்போது இழிவாகப் பேசுகிறீர்கள். ஆனால், ஒருகாலத்தில் இவரும் இளமை பொங்க அழகோடு இருந்தவர்தான்' என்றாள் மணிமேகலை, 'இந்தக் கூந்தல், அன்றைக்குக் கருமணல்போலச் செழிப்பாக வளர்ந்திருந்தது, ஆனால் இன்றைக்கு அது வெள்ளை மணலைப்போல் நரைத்துத் தளர்ந்துவிட்டது.

'இந்த நெற்றி? முன்பு எத்தனை அழகாகப் பிறைபோல மிளிர்ந்து நின்றது!ஆனால் இப்போது, அதே நெற்றி சுருங்கிப்போய் அழகே இல்லாமல் மாறிவிட்டது.

'அந்தப் புருவங்கள்? அவற்றை எத்தனையோ பேர் வில்லுக்கு இணையாகச் சொல்லிப் புகழ்ந்திருக்கிறார்கள். இன்றைக்கு அதே புருவங்கள் மீன் வற்றலைப்போல் துவண்டு காணப்படுகின்றன.

'இவருடைய கண்கள், ஒருகாலத்தில் பூப்போல மலர்ந்திருந்தன. இப்போது அதே கண்களில் வெறும் பீளைதான் படிந்திருக்கிறது.'

'முத்துப்போன்ற இந்தப் பற்களை இவர் மிகப் பெருமையாக நினைத்துக்கொண்டிருந்தார். ஆனால் இப்போது, அந்த முத்துக்களைக் காணவில்லை, வெறும் சுரைக்காய் விதைகளைப்போலப் பற்கள் அங்கொன்றும் இங்கொன்றுமாக உதிர்ந்துகிடக்கின்றன.

'இவருடைய வாய், சிவந்த இதழ்களோடு எத்தனையோ அழகாக இருந்தது. இப்போது, அந்த வாயில் வெறும் நாற்றமும் புண்ணும்தான் மிஞ்சியிருக்கிறது.

'அந்தக் காதுகளைப் பாருங்கள், அவை எவ்வளவு அழகாக வளைந்து நிமிர்ந்து இருந்தவை, தெரியுமா? இன்றைக்கு அது வெறும் வற்றலைப்போலத் துவண்டு கிடக்கிறது.

'எந்தப் பெண்ணுக்கும், அழகிய மார்பகங்களைத்தான் பெரிய கவர்ச்சியாகச் சொல்வார்கள். ஆனால், ஒருகாலத்தில் கம்பீரமாக நிமிர்ந்து நின்ற இவரது மார்பகங்கள், இப்போது காற்றடைத்த பையைப் பிடுங்கிவிட்டதுபோல் தொங்கிப்போய், அழகையெல்லாம் இழந்துவிட்டன.

'பச்சை மூங்கில்போல விறைப்பாக நின்ற இவரது தோள்கள், இப்போது தென்னை மடல்போல் தாழ்ந்து வளைந்துவிட்டன. எலும்பு, சதை வித்தியாசமே பார்க்கமுடியாதபடி விரல்கள் சுருங்கித் துவண்டுவிட்டன.

'இளமைக்காலத்தில், இவருடைய தொடைகளை வாழைத்தண்டுக்கு இணையாகச் சொன்னார்கள். ஆனால் இப்போது அவை தாழைத்தண்டுபோல மெலிந்துபோய்விட்டன.

'இந்தப் பெண்மணியின் தேகம்முழுக்கக் காலம் நடத்தியிருக்கும் விநோத விளையாட்டைப் பார்த்தீர்களா? இதில் மறைந்திருக்கும் பெரிய உண்மை உங்களுக்குப் புரிகிறதா?

'இளவரசே, நம்முடைய உடம்பு என்பது வெறும் மாயை, மலர்கள், வாசனைப் பொருள்கள், ஆடைகள், அணிகலன்கள் போன்றவற்றால் நாம் இந்த உடம்பை மூடி மறைத்து, அலங்கரித்து நம்மை நாமே ஏமாற்றிக்கொள்கிறோம். அதன் உண்மையான தன்மை இதுதான். கடைசியில் எல்லோரும் இந்த நிலைமைக்குதான் வரவேண்டும்.

'ஆகவே, உடம்பின்மீது அதிக முக்கியத்துவம் தருவது நல்லதல்ல. தயவுசெய்து இதைப் புரிந்துகொள்ளுங்கள், மணிமேகலைமீது

இருக்கும் ஆசையைத் தவிர்த்துவிடுங்கள்.'

மணிமேகலை இப்படி விரிவாக விளக்கம் சொல்லியும், காமம் போர்த்திய உதயகுமரனின் மனத்தில் எதுவும் ஏறவில்லை. அவன் வேறு ஏதோ யோசித்துக்கொண்டிருந்தான், 'இந்தப் பெண் பேசுவதைப் பார்த்தால், அப்படியே அச்சு அசல் மணிமேகலை நேரில் வந்து பேசுவதைப்போல் தோன்றுகிறதே. இது என்ன மாயம்?

ஒருவேளை, மணிமேகலைதான் காயசண்டிகை வடிவத்தில் மாயம் செய்கிறாளோ? என்னுடைய காதலில் இருந்து தப்புவதற்காக இப்படி ஒரு சூழ்ச்சி நடத்துகிறாளோ? இப்போது என்ன செய்வது?'

உதயகுமரனுக்கு ஒன்றும் புரியவில்லை. குழப்பத்தோடு அங்கிருந்து புறப்பட்டான்.

சற்றுத் தொலைவில் நின்றுகொண்டிருந்த காஞ்சனன் உதயகுமரனையும் காயசண்டிகையையும் கோபத்தோடு பார்த்தான், 'என்னிடம் பேச மறுக்கும் இந்தக் காயசண்டிகை இந்தப் புதியவனிடம் நீளமாகப் பேசுகிறாளே. ஏன்? ஒருவேளை இவன் அவளுடைய காதலனோ? இவன் வந்துவிட்ட காரணத்தால்தான் என்னை அலட்சியப்படுத்துகிறாளோ?' என்று உள்ளுக்குள் பொருமினான்.

விடமாட்டேன். என் மனைவியைக் கவர்ந்து செல்லப்பார்க்கும் இந்தப் புதியவனைப் பழிவாங்குவேன், காயசண்டிகையை மீட்டு என்னுடன் அழைத்துச் செல்வேன், இது சத்தியம்!'

42. கொலை

நள்ளிரவு நேரம்.

உதயகுமரன் இன்னும் தூங்கவில்லை. மணிமேகலையைப் பார்த்த நாள்முதலாக அவனுக்குத் தூக்கம் இல்லை, பசி இல்லை, நெஞ்சமெல்லாம் அவள் நினைப்புதான்.

உதயகுமரன் படுக்கையிலிருந்து எழுந்து உட்கார்ந்தான். 'இன்றைக்கு அந்த மணிமேகலையைக் கண்டுபிடித்தே தீரவேண்டும்' என்று தனக்குள் சொல்லிக்கொண்டான்.

'இந்த ராத்திரி நேரத்தில் மணிமேகலை இருக்கும் அம்பலத்துக்குச் சென்றால், அந்தக் காயசண்டிகை யார், அவளிடம் அமுதசுரபி எப்படி வந்தது, அவள் உருவத்தில் ஒளிந்திருப்பது மணிமேகலைதானா என்று எல்லாக் கேள்விக்கும் பதில் தெரிந்துவிடும்!'

காமம் உதயகுமரனின் புத்தியை மறக்கச் செய்தது. தன்னுடைய பாதுகாப்பைப்பற்றிக் கவலைப்படாமல் புறப்பட்டான். மணிமேகலை தங்கியிருக்கும் அம்பலத்தை நெருங்கினான்.

அந்த அம்பலத்தின் உள்ளே, காஞ்சனன் ஒளிந்துகொண்டிருந்தான். இந்த நேரத்தில் உதயகுமரனைப் பார்த்தவுடன் அவனுடைய கோபம் அதிகரித்தது.

என்னுடைய சந்தேகம் உண்மையாகிவிட்டது' என்று தனக்குள் கருவிக்கொண்டான் காஞ்சனன், 'எல்லோரும் உறங்குகிற இந்த ராத்திரி நேரத்தில் இவன் காயசண்டிகையைத் தேடி வருகிறான் என்றால் என்ன அர்த்தம்? இவர்களுக்குள் தப்பான ஓர் உறவு இருக்கிறது.'

ஆத்திரத்தோடு எழுந்த காஞ்சனன் தன் இடுப்பில் இருந்த வாளை உருவினான். இருட்டில் மெதுவாக அடிவைத்து நடந்து உதயகுமரனின் முதுகுப்பக்கமாக நெருங்கினான்.

அப்போதும், உதயகுமரன் திரும்பிப்பார்க்கவில்லை. அவனுடைய கண்கள் மணிமேகலையைமட்டுமே தேடிக்கொண்டிருந்தன.

அடுத்த விநாடி, காஞ்சனனின் வாள் வெறியோடு பாய்ந்தது. உதயகுமரனின் தலை துண்டாகிக் கீழே விழுந்தது.

43. விதியின் விளையாட்டு

உதயகுமரனைக் கொன்ற மறுகணம், காஞ்சனன் திருப்தியோடு புன்னகை செய்தான்.

'இனி, அந்தக் காயசண்டிகையைக் கவனிக்கவேண்டும். எங்கே அவள்?'

ஆவேசத்துடன் காஞ்சனன் காயசண்டிகையை நெருங்கியபோது பின்னாலிருந்து யாரோ சத்தமாகக் கத்தும் குரல் கேட்டது, 'நெருங்காதே, நெருங்காதே!'

யாரது? குழப்பத்தோடு திரும்பிப் பார்த்தான் காஞ்சனன்.

சுவரில் செதுக்கப்பட்டிருந்த சிற்பப் பாவை ஒன்று வாய் திறந்து பேசியது, 'காஞ்சனனே, அவளை நெருங்காதே!'

'ஏன்? அவள் என் மனைவி!'

'இல்லை. அந்தப் பெண் பெயர் மணிமேகலை. உன்னுடைய மனைவி காயசண்டிகையின் உருவத்தில் இருக்கிறாள்.'

'அப்படியா?' காஞ்சனன் திகைத்துப்போனான், 'அப்படியானால், என் மனைவி என்ன ஆனாள்?'

'பல நாள் முன்பாகவே அவள் வானில் பறந்து சென்றுவிட்டாள்!'

'இல்லை, இல்லவே இல்லை' அலறினான் காஞ்சனன், 'அவளுக்குதான் பறக்கும் சக்தி கிடையாதே? விருச்சிக முனிவரின் சாபத்தினால் பறக்கச் செய்கிற மந்திரத்தை அவள் மறந்துவிட்டாளே!'

'உண்மைதான். ஆனால், இந்த மணிமேகலையின் அமுதசுரபியில் உணவு வாங்கி உண்டபிறகு, காயசண்டிகையின் பெரும்பசி தீர்ந்துவிட்டது. பறக்கும் சக்தியும் திரும்பிவிட்டது!'

'அப்படியானால், இப்போது காயசண்டிகை எங்கே?'

'தன்னுடைய சாபம் நீங்கியவுடனேயே, காயசண்டிகை தன் கணவனைச் சந்திக்க விரும்பினாள், உடனடியாக உன்னைத் தேடிப் பறந்து சென்றாள்.'

'அவள் பறந்த வழியில் விந்த மலை குறுக்கிட்டது. அந்த மலையின்மீது துர்க்கை எழுந்தருளியிருப்பது உனக்குத் தெரியும்தானே?'

'ஆமாம்' என்றான் காஞ்சனன், 'துர்க்கையின் இருப்பிடமான அந்த மலையின்மீது யாரும் பறந்து செல்லமாட்டார்கள். அதைச் சுற்றிக்கொண்டு வேறு பாதையில்தான் போவார்கள். யாரேனும் இதை மீறி விந்த மலையின்மேல் பறந்து சென்றால், துர்க்கை கோபப்படுவாள், அவர்களைப் பிடித்து விழுங்கிவிடுவாள்!'

'அங்கேதான் காயசண்டிகை ஒரு பெரிய தவறு செய்துவிட்டாள்' என்றது சிற்பப் பாவை, 'உன்னைச் சந்திக்கவேண்டும் என்கிற ஆவலில் விந்த மலையைச் சுற்றிப் போகாமல் நேரடியாக மலையின்மீது பறந்தாள், துர்க்கையின் கோபத்துக்குப் பலியாகிவிட்டாள்!'

காஞ்சனன் அதிர்ந்துபோனான். மனைவியை இழந்த துயரம் ஒருபக்கம். அவள்மேல் இப்படிச் சந்தேகப்பட்டுவிட்டோமே என்கிற வருத்தம் ஒருபக்கம். அந்தச் சந்தேகத்தினால்

ஒருவனைக் கொலை செய்துவிட்டோமே என்கிற குற்றவுணர்ச்சி இன்னொருபக்கம்.

'கவலைப்படாதே காஞ்சனனே' என்று அவனுக்கு ஆறுதல் சொன்னது சிற்பப் பாவை, 'இந்த உதயகுமரன் இறந்தது உன்னுடைய தவறு அல்ல. இதெல்லாம் விதியின் விளையாட்டு, உதயகுமரன் முன்பிறவியில் செய்த வினை, இப்போது திரும்பி வந்து அவனைக் கொன்றுவிட்டது. நீ அதற்காக வருந்தவேண்டியதில்லை.'

'ஆனால் ஒன்று, நீயும் இப்போது யோசிக்காமல் ஒரு பெரிய தவறு செய்துவிட்டாய். எப்போதோ உதயகுமரன் செய்த பிழை அவனை இந்தப் பிறவியில் கொன்றுவிட்டதுபோல், நீ செய்த வினையும் எப்போதாவது திரும்பி வந்து உன்னைத் துன்புறுத்தும், அதைமட்டும் மறந்துவிடாதே!'

துவண்ட மனத்தோடு காஞ்சனன் எழுந்து நின்றான். பல குழப்பமான எண்ணங்களுடன் வானத்தில் பறந்து மறைந்தான்.

அதேநேரம், மணிமேகலையும் இருளில் இருந்து வெளியே வந்தாள். இவ்வளவு நேரமாக நடந்ததையெல்லாம் அவளும் பார்த்துக்கொண்டுதான் இருந்தாள்.

உதயகுமரன் இறந்துவிட்டான் என்கிற செய்தி அவளுக்கு மிகுந்த வேதனையைத் தந்தது. அதேசமயம் இனிமேல் தனக்குக் காயசண்டிகையின் உருவம் தேவைப்படாது என்பதை அவள் உணர்ந்தாள். தன்னுடைய உண்மை வடிவத்தில் வெளியே வந்தாள். கண்ணீருடன் உதயகுமரனின் பிணத்தை நெருங்கினாள்.

44. பேசும் சிற்பம்

'மணிமேகலை, வேண்டாம்!'

மறுபடியும், சிற்பப் பாவைதான் பேசியது, 'மணிமேகலை, உதயகுமரனை நெருங்காதே!'

'ஏன்? போன பிறவியில் இவன் என் கணவன் ராகுலன், அவனுடைய மரணத்துக்காக நான் அழக்கூடாதா?'

'பெண்ணே, சென்ற பிறவியில் மட்டுமல்ல, அதற்கு முந்தைய பல பிறவிகளிலும் இவன்தான் உன்னுடைய கணவன். ஆனால் அதை எண்ணி நீ இப்போது துயரப்படுவது சரியல்ல!

'தன்னுடைய முன்வினைப் பயனால், உதயகுமரன் இறந்தான். இதில் நீ செய்யக்கூடியது எதுவும் இல்லை' என்றது சிற்பப் பாவை, 'ஆனால், இந்தச் சம்பவம் இப்போது வேறுவிதமாக உன்னைப் பாதிக்கப்போகிறது.'

'அப்படியா?'

'ஆமாம். நாளைக்கு, இளவரசன் இறந்த செய்தி கேட்டவுடன் சோழ மன்னன் அதிர்ச்சி அடைவான், அவனுடைய

மரணத்துக்கு நீதான் காரணம் என்று நினைத்து உன்னைச் சிறையில் அடைப்பான்!

'அதுமட்டுமில்லை. மகனை இழந்த ராணிக்கும் உன்மேல் கோபம் வரும். ஆனால் அவள் உன்னை சிறையிலிருந்து விடுவிப்பாள். அதன்பிறகு, தன்னுடைய பாதுகாப்பில் உன்னை வைத்திருந்து கொடுமைப்படுத்துவாள்.

'இந்த விவரமெல்லாம் கேள்விப்பட்ட உன் தாய் மாதவி, அறவணடிகளிடம் இதைச் சொல்லி வருந்துவாள். அவர் மாதவியுடன் வந்து அரசிக்கு நல்ல அறங்களைச் சொல்லிக்கொடுத்து உன்னை விடுவிப்பார்!'

சிற்பப் பாவை இப்படி வருங்காலத்தில் நடக்கப் போவதையெல்லாம் மணிமேகலைக்கு விளக்கிச் சொன்னது. அவள் மிகுந்த ஆச்சர்யம் அடைந்தாள்.

'என்ன? கண்கள் விரிய என்னைப் பார்க்கிறாய்? சிற்பம் எப்படி வாய் திறந்து பேசுகிறது என்று வியப்பாக இருக்கிறதா?'

'ஆமாம்' என்பதுபோல் தலையசைத்தாள் மணிமேகலை. சிற்பப் பாவை அவளுக்குத் தன்னுடைய கதையைச் சொல்ல ஆரம்பித்தது.

'மணிமேகலை, என் பெயர் துவதிகன். தெய்வச் சிற்பியாகிய மயன் எனக்காக அமைத்துக்கொடுத்த இந்தச் சிற்பப் பாவையில்தான் நான் எந்நேரமும் இருப்பேன், ஒரு விநாடிகூட இதைவிட்டு நீங்கமாட்டேன்!

'முன்பு நான் இந்த நகரில் வாழ்ந்தபோது, எனக்குச் சித்திரசேனன் என்று ஒரு நண்பன் இருந்தான். அவனும் நானும் ஊர்முழுக்கச் சுற்றியிருக்கிறோம், பல இடங்களில் விளையாடியிருக்கிறோம்.

'இதையெல்லாம் யார் பார்த்தார்களோ, எப்படிக் கவனித்தார்களோ தெரியவில்லை. நாங்கள் அலைந்து திரிந்த இடங்களிலெல்லாம் எங்களை ஓவியங்களாக, சிற்பங்களாகச் செதுக்கிவைத்திருக்கிறார்கள்.'

மணிமேகலை அந்தச் சிற்பப் பாவைக்கு வணக்கம் கூறி மரியாதை செலுத்தினாள். தன்னுடைய வருங்காலத்தையெல்லாம் முன்கூட்டியே சொல்லி அருளியதற்கு நன்றி தெரிவித்தாள்.

அதற்குள், பொழுது விடிந்துவிட்டது. உதயகுமரனின் மரணச் செய்தி ஊர்முழுக்கப் பரவ ஆரம்பித்தது.

45. பாவம் இந்தப் பெண்!

'இந்தச் சோகச் செய்தியை யார் அரசரிடம் சொல்வது?'

எல்லோரும் தயக்கத்தோடு ஒருவர் முகத்தை மற்றவர் பார்த்துக்கொண்டார்கள். யாருக்கும் அந்தத் தைரியம் வரவில்லை.

பின்னே? இளவரசன், வருங்கால அரசன் இறந்துவிட்டான் என்கிற செய்தியை மன்னனிடம் சொல்கிற துணிச்சல் யாருக்கு வரும்? ஒவ்வொருவரும் பின்விளைவுகளை நினைத்துப் பயந்து பின்வாங்கினார்கள்.

கடைசியாக, சக்கரவாளக்கோட்டத்தில் இருந்த சில முனிவர்கள் அரசனிடம் சென்று பேசுவதற்கு முன்வந்தார்கள். 'ஆனால் அதற்குமுன்னால், இளவரசன் எப்படி இறந்தான்? அதை நாம் தெரிந்துகொள்ளவேண்டாமா?'

இந்தக் கேள்விக்கு யாருக்கும் பதில் தெரிந்திருக்கவில்லை. முனிவர்கள் மீண்டும் விசாரித்தார்கள், 'இளவரசன் இறந்தபோது பக்கத்தில் இருந்தவர்கள் யாராவது உண்டா?'

எல்லோரும் மணிமேகலையைச் சுட்டிக்காட்டினார்கள். முனிவர்கள் அவளிடம் சென்று பேசினார்கள், 'பெண்ணே, இதுபற்றி உனக்கு ஏதாவது தெரியுமா?'

மணிமேகலை எதையும் மறைக்க விரும்பவில்லை. நடந்தவை அனைத்தையும் ஒன்றுவிடாமல் சொல்லிவிட்டாள்.

முனிவர்கள் பெருமூச்சுவிட்டார்கள், 'காமத்தின் பசிக்கு இன்னொருவன் பலியாகிவிட்டான்!'

'பாவம் இந்தப் பெண், உண்மையில் இவள்மேல் எந்தத் தவறும் இல்லை. ஆனால், இளவரசன் இவளால்தான் இறந்துபோனான் என்கிற விஷயம் அரசனுக்குத் தெரிந்தால், அநாவசியமாக இவளுக்குத்தான் பெரிய பிரச்னை வரும்!'

'பெண்ணே, நீ இப்போது யார் கண்ணிலும் படாமல் ஒளிந்துகொள், நாங்கள் அரசரிடம் சென்று பக்குவமாக விஷயத்தைச் சொல்லி அவரைச் சமாதானப்படுத்துகிறோம். அதுவரை நீ வெளியே வரக்கூடாது!'

முனிவர்களின் அறிவுரையை ஏற்று மணிமேகலை அவர்கள் சொன்ன இடத்தில் ஒளிந்துகொண்டாள். அதன்பிறகு, அந்த முனிவர்கள் அரசனைச் சந்திக்கச் சென்றார்கள்.

சோழ மன்னன் முனிவர்களை வரவேற்று உபசரித்தான். அவர்களும் அவனை வாழ்த்தி ஆசிர்வதித்தார்கள்.

'முனிவர் பெருமக்களே, இத்தனை பேர் சேர்ந்து ஒன்றாக வந்திருக்கிறீர்கள், அப்படியானால் ஏதோ முக்கியமான தகவல் இருக்கிறது என்று நினைக்கிறேன். நீங்கள் வந்த விஷயம் என்னவோ? சொல்லி அருளுங்கள்' என்று வேண்டினான் சோழன்.

'அரசே, உனக்கே தெரியும், பெண்கள்மீது உள்ளத்தைச் செலுத்தியவர்கள், காமப் பித்துப் பிடித்து உயிரை விட்டவர்கள் எல்லாக் காலத்திலும் உண்டு' என்றார் ஒரு முனிவர், 'அதுபற்றி உனக்குச் சில விஷயங்களைச் சொல்ல ஆசைப்படுகிறோம்!'

'சொல்லுங்கள் முனிவர்பெருமானே!', தன் மகன் இறந்து விழுந்த உண்மை தெரியாமல், அவர்களிடம் நிதானமாகக் கதை கேட்க ஆரம்பித்தான் சோழ மன்னன்!

46. ஏழு நாள் கெடு

'பரசுராமர் வரப்போகிறார்!'

அவர் பெயரைக் கேட்டதும், அந்த நகரமே நடுங்கியது. முக்கியமாக அரண்மனையும், ராஜவம்சத்தைச் சேர்ந்தவர்களும்!

காரணம், பரசுராமருக்கு அரசர்கள் என்றாலே ஆகாது. ஒவ்வொரு நாடாகச் சென்று அங்கே ஆட்சி செய்கிற மன்னர்களை வேண்டுமென்றே போருக்கு அழைப்பார். பின்னர் அவர்களைத் தன்னுடைய வலிமையால் அழித்து நாசமாக்கிவிடுவார்.

அரசர்கள்மேல் பரசுராமருக்கு என்ன கோபம்?

பரசுராமரின் தந்தை ஜமதக்னி முனிவர். அவரை ஓர் அரசன் கொன்றுவிட்டான். அதனால், ஒட்டுமொத்த அரச வம்சங்களையும் வேரோடு அழிப்பது என்று அவர் சபதம் செய்திருந்தார்.

அப்பேர்ப்பட்ட பரசுராமர், இப்போது சோழ நாட்டுக்கு வரப் போகிறார் என்றவுடன், அரசன் காந்தனுக்குக் குலை நடுங்கியது. நேராகச் சம்பாபதித் தெய்வத்திடம் சென்று சரணடைந்தான். சம்பாபதித் தெய்வம் காந்தனுக்கு அறிவுரை

சொன்னது, 'நீ பரசுராமரைச் சந்திக்கக்கூடாது. உடனடியாக இந்த ஊரைவிட்டுக் கிளம்பு!'

காந்தனுக்கு உயிர் பயம். அதேசமயம், தான் இல்லாதபோது இந்தச் சோழ நாட்டை யார் கவனித்துக்கொள்வார்கள் என்கிற கவலை.

ஆனால், காந்தனுக்குப் பதிலாக யார் ராஜாவாகப் பொறுப்பேற்றுக்கொண்டாலும் சரி, பரசுராமர் அவர்களையும் சண்டைக்குக் கூப்பிடுவார், இந்த வம்பிலிருந்து தப்புவது எப்படி?

யோசித்தபோது, காந்தனுக்கு ஒரு நல்ல யோசனை தோன்றியது, 'பேசாமல், ககந்தனை அரசனாக்கிவிட்டால் என்ன?'

முன்பு ஒரு காலத்தில், காந்தனுக்கும் ஒரு கணிகைப் பெண்ணுக்கும் பிறந்த மகன்தான் இந்தக் ககந்தன். அந்த முறைப்படி பார்த்தால் அவன் அரச வம்சத்தைச் சேர்ந்தவன் இல்லை. பரசுராமர் அவனோடு மோதமாட்டார்.

இந்த யோசனை தோன்றியவுடன், காந்தன் மிகவும் மகிழ்ச்சியடைந்தான். உடனடியாகக் ககந்தனைக் கூப்பிட்டு அனுப்பினான்.

'மகனே, நான் உன்னை அரசனாக்க முடிவு செய்துவிட்டேன்' என்றான் காந்தன், 'இப்போதே உனக்கு முடிசூட்டுவிழா நடைபெறப்போகிறது!'

காந்தன் சொல்வதைக் ககந்தனால் நம்பவேமுடியவில்லை. 'நிஜமாகவா சொல்கிறீர்கள்?' என்று வியப்புடன் கேட்டான்.

'ஆமாம் மகனே, நான் திரும்பி வரும்வரை இந்த நாட்டைப் பத்திரமாகப் பாதுகாக்கவேண்டியது உன் பொறுப்பு!'

உடனடியாக, ககந்தன் சோழ நாட்டுக்கு அரசனாக்கப்பட்டான். காந்தன் மாறுவேஷத்தில் அங்கிருந்து வெளியேறினான்.

சில நாள் கழித்து, மருதி என்கிற பெண் காவிரியில் குளித்துவிட்டுத் தனியாக வீடு திரும்பிக்கொண்டிருந்தாள்.

அப்போது அவளை நெருங்கிய ஓர் இளைஞன், 'பெண்ணே, என்னோடு வா' என்று காமம் பொங்க அழைத்தான்.

அந்த இளைஞன், வேறு யாரும் இல்லை. நாட்டை ஆளும் அரசனாகிய ககந்தனின் சொந்த மகன்தான்!

இளவரசன் இப்படிக் கேட்டவுடன் அந்தப் பெண் நடுங்கிப் போனாள், 'என்னைப்போன்ற பத்தினிப் பெண்களுக்கு இந்த நாட்டில் பாதுகாப்பே இல்லையா?' என்று அழுது புலம்பினாள்.

மருதி அழுவதைக் கேட்டவுடன், சதுக்கபூதம் அவள்முன்னே தோன்றியது, 'பெண்ணே, தவறு செய்தவர்களைத் தண்டிக்க வேண்டியது அரசனின் கடமை' என்றது.

'ஆனால், இங்கே அரசனின் மகனேதான் தவறு செய்கிறான். அவனுக்கு எப்படித் தண்டனை கிடைக்கும்?'

'மருதி, குற்றம் செய்தவன் தன்னுடைய மகனாகவே இருந்தாலும்கூட, உரிய தண்டனை கொடுக்கவேண்டியதுதான் அரசனின் பொறுப்பு. அதைச் செய்யாவிட்டால், அவன் கடமை தவறியவனாகிவிடுகிறான்' என்றது சதுக்கபூதம், 'நான் இன்னும் ஏழு நாள்கள் காத்திருப்பேன். அதற்குள் இந்த அரசன் தன்னுடைய மகனின் தவறை உணர்ந்து உரிய தண்டனை கொடுக்காவிட்டால், நானே அவனைத் தண்டிப்பேன்!'

சதுக்கபூதம் சொன்னதுபோலவே, அடுத்த ஏழு நாள்களுக்குள் ககந்தன் தன்னுடைய மகன் செய்த பிழையைப் புரிந்து கொண்டான். தன் வாளாலேயே அவனைக் கொன்று தண்டனை கொடுத்தான்.

'ஆக, அன்றைக்கு அந்தச் சோழ நாட்டு இளவரசனுடைய உயிர் ஒரு பெண்மீது கொண்ட காமத்தால் பறிபோய்விட்டது' என்று கதையைச் சொல்லி முடித்தார் ஒரு முனிவர்.

உடனடியாக, இன்னொரு முனிவர், வேறொரு கதையைச் சொல்ல ஆரம்பித்தார்.

47. விசாகையும் தருமதத்தனும்

பூம்புகாரைச் சேர்ந்த ஓர் இளம் வணிகன் தருமதத்தன். நல்ல திறமைசாலி, பிரமாதமான அழகன்!

அவனுடைய மாமன் மகள் பெயர் விசாகை. அவளும் நல்ல அழகிதான்.

இதனால், 'தருமதத்தனும் விசாகையும் திருமணம் செய்துகொள்ளப்போகிறார்கள்' என்கிற வதந்தி ஊர்முழுக்கப் பரவியது. அவர்களைப் பார்க்கிற எல்லோரும் இதையே சொல்லிக் கேலி செய்தார்கள்.

வருத்தமடைந்த விசாகை, தன் வீட்டிலிருந்து புறப்பட்டு சம்பாபதிக் கோயிலுக்குச் சென்றாள், அங்குள்ள சிற்பப் பாவையின்முன்னால் நின்று வணங்கினாள், 'ஊர்முழுவதும் என்னைப்பற்றித் தவறாகப் பேசுகிறது. அந்தப் பழியை நீதான் போக்கவேண்டும்' என்று கேட்டுக்கொண்டாள்.

உடனடியாக, சம்பாபதிக் கோயிலில் உள்ள அந்தப் பாவை வாய் திறந்து பேசியது, 'மக்களே, விசாகை கற்பில் சிறந்தவள், அவள் வாயைத் திறந்து ஒரு வார்த்தை சொன்னால் மழை

பெய்யும், அப்பேர்ப்பட்ட பெண்மீது சந்தேகப்படாதீர்கள், தவறாகப் பேசாதீர்கள்' என்று வாக்குச் சொன்னது.

அப்போதும் விசாகைக்கு மனம் ஆறவில்லை. ஊரார் தன்மீது சந்தேகப்பட்டுவிட்டார்களே என்கிற வருத்தத்தில், யாரையும் திருமணம் செய்துகொள்ளப்போவதில்லை என்று முடிவு செய்துவிட்டாள், காலம்முழுக்கக் கன்னியாகவே இருக்கத் தீர்மானித்துவிட்டாள்.

இந்த விஷயத்தைக் கேள்விப்பட்ட தருமதத்தன் மிகவும் வருந்தினான். அவனுக்கு விசாகையைத் திருமணம் செய்துகொள்ளவேண்டும் என்கிற ஆசை இருந்தது.

ஆனால் அவள், யாரையும் மணப்பதில்லை என்கிற கருத்தில் உறுதியாக இருக்கிறாள். இனிமேல் என்ன செய்யமுடியும்?

வருத்தத்தில் மூழ்கிய தருமதத்தன் தன்னுடைய தந்தை, தாயுடன் பூம்புகாரிலிருந்து கிளம்பினான். தென்மதுரை நகருக்குப் போய்ச் சேர்ந்தான்.

அப்போதும், அவன் விசாகையை மறக்கவில்லை, 'இந்தப் பிறப்பில் நான் வேறு யாரையும் திருமணம் செய்துகொள்ளமாட்டேன்' என்று உறுதியாகச் சொல்லிவிட்டான்.

அதன்பிறகு அவனுடைய கவனம் முழுவதும் வணிகத்தின்மீது திரும்பியது. நாடுமுழுவதும் சுற்றிவந்து நன்கு வியாபாரம் செய்தான், நிறையப் பேரும் புகழும் சம்பாதித்தான், அரச பதவிகூட அவனைத் தேடி வந்தது.

இப்போது, தருமதத்தனுக்கு வயது அறுபது. தன்னுடைய செல்வத்தை இல்லாதவர்களுக்குத் தாராளமாக வாரி வழங்கிக்கொண்டிருந்தான்.

இந்த நேரத்தில், ஓர் அந்தணர் அவனைச் சந்தித்தார், 'தருமதத்தனே, நீ என்ன செய்துகொண்டிருக்கிறாய்?' என்று உரிமையோடு கேட்டார், 'நீ எத்தனைதான் தர்மங்களைச்

செய்தாலும், உனக்கென்று ஒரு மனைவி இல்லாதவரை நீ சொர்க்கத்துக்குப் போகமுடியாது, தெரியுமா?'

'நன்றாகத் தெரியும் ஐயா. ஆனால், என்னுடைய அத்தை மகள் விசாகையைத்தவிர வேறு யாரையும் திருமணம் செய்வதில்லை என்று நான் சபதம் செய்திருக்கிறேன்!'

'அப்படியா? அந்த விசாகை இப்போது எங்கே? அவளுக்குத் திருமணம் ஆகிவிட்டதா?'

'இன்னும் இல்லை, இப்போது அவள் பூம்புகார் நகரில் இருக்கிறாள்!'

'அப்புறம் என்ன? நீயும் பூம்புகாருக்குப் போய் அவளைத் திருமணம் செய்துகொள்ளவேண்டியதுதானே? கணவன், மனைவி இருவருமாகச் சேர்ந்து தர்மச் செயல்களில் ஈடுபடுவதுதான் நல்லது என்று நம் பெரியவர்கள் சொல்கிறார்கள். அதை அலட்சியப்படுத்தாதே!'

அந்தணரின் அறிவுரையைக் கேட்ட தருமதத்தன் பூம்புகார் புறப்பட்டான். விசாகையின்முன் போய் நின்றான். நடந்ததை விவரித்துச் சொன்னான்.

இத்தனையையும் கேட்ட விசாகை, விழுந்து விழுந்து சிரித்தாள், 'தருமதத்தனே, உனக்கும் எனக்கும் வயது அறுபதைத் தொட்டுவிட்டது, இதற்குமேல் நாம் திருமணம் செய்துகொள்ளவேண்டுமா?' என்று கேலி செய்தாள், 'என்மேல் வைத்திருக்கும் ஆசையை மறந்துவிடு, இந்தப் பிறவியில் நாம் ஒன்று சேரமுடியாது!' என்றாள்.

அவளுடைய அறிவுரையைக் கேட்ட தருமதத்தன் மனம் திருந்தினான். விசாகையைத் திருமணம் செய்துகொள்ளாமலேயே அவளுடன் சேர்ந்து பல அறங்களைச் செய்து சிறப்பாக வாழ்ந்தான்.

இந்தக் கதையை முனிவர்கள் சொல்லக் கேட்ட சோழ மன்னன்

வியந்துபோனான், 'நிஜமாகவே விசாகை ஒரு மிகச் சிறந்த பெண்தான்' என்று பாராட்டினான்.

'மன்னா, விசாகையின் கற்பு நெறிக்குச் சாட்சியாக இன்னொரு சம்பவமும் உண்டு' என்றார் ஒரு முனிவர், 'அந்தக் கதையையும் சொல்கிறேன், கேள்!'

ஒருநாள், விசாகை தெருவில் நடந்துபோய்க்கொண்டிருந்தாள். அவளுடைய அழகைப் பார்த்த ஒருவனுக்கு, அவள்மேல் ஆசை வந்துவிட்டது, 'பெண்ணே, உன்னைத் திருமணம் செய்துகொள்கிறேன், வா' என்று அழைத்தான்.

விசாகை அவனைக் கண்டுகொள்ளவில்லை. அவள்பாட்டுக்குத் தன்போக்கில் நடந்தாள்.

கோபமடைந்த அந்தக் காமுகன் அவள்மேல் பாய்ந்தான். ஒரு மாலையை எடுத்து அவள் கழுத்தில் போட முயற்சி செய்தான்.

மறுவிநாடி, அவனுடைய கை அப்படியே உறைந்து நின்றுவிட்டது. எவ்வளவோ முயற்சி செய்தும் அவனால் தன் கையை இறக்கமுடியவில்லை.

இந்தச் சம்பவத்தின்மூலம், விசாகையின் கற்பு ஒழுக்கம் எப்பேர்ப்பட்டது என்பதைச் சோழ மக்கள் கண்கூடாகப் பார்த்துவிட்டார்கள். அதன்பிறகு, எல்லோரும் அவளை வாழ்த்திப் போற்றினார்கள்.

'அப்படியா? விசாகைமேல் ஆசைப்பட்டு வந்த அந்தக் காமுகன் யார்?'

'அவனும் சோழ அரசன் ககந்தனின் மகன்தான். முன்பு மருதிமேல் ஆசைப்பட்டு வந்தானே இன்னொரு காமுகன், அவனுடைய சொந்த அண்ணன்தான் இவன்!'

'அப்படியானால், இவனுக்கும் ககந்தன் தண்டனை கொடுத்தானா?'

‘ஆமாம் அரசே, தன்னுடைய இளைய மகனைத் தண்டித்ததுபோலவே, அவனுடைய அண்ணனையும் ககந்தனே தன் வாளால் வெட்டிக் கொன்றான். அதனால் ஏற்படும் துயரத்தைக்கூட அவன் பெரிதாக நினைக்கவில்லை!’

‘முனிவர்களே, நீங்கள் சொல்லும் கதைகள் ஒவ்வொன்றும் என் மனத்தை உருக்குகின்றன’ என்றான் சோழ அரசன், ‘சொந்தப் பிள்ளைகள் என்றும் பார்க்காமல் அவர்கள் செய்த தவறுக்குத் தண்டனை கொடுத்த ககந்தனின் நீதி தவறாத குணத்தை எண்ணி நான் ஆச்சர்யப்படுகிறேன். அதேசமயம், அவனுடைய மகன்களைக் காமம் இப்படி அநியாயமாக அழித்துவிட்டதே என்று நினைத்தால் மிகவும் வருத்தமாக இருக்கிறது!’

இதைச் சொன்னபிறகு, சோழனுக்கு ஒரு சந்தேகம் எழுந்தது, ‘முனிவர்களே, இதெல்லாம் பழைய கதை. ஆனால் இப்போதும் இப்படிக் காமத்தினால் அழிகிறவர்கள் உண்டா?’

முனிவர்கள் ஒருவரை ஒருவர் பார்த்துக்கொண்டார்கள். அரசனிடம் விஷயத்தைச் சொல்லும் நேரம் வந்துவிட்டது.

48. சோழன் நீதி

'அரசே, இந்த உலகத்தில் நாம் தவிர்க்கவேண்டிய தவறுகள் நிறைய உண்டு. அதில் முக்கியமானது, காமம்!'

'எவன் ஒருவன் காமத்தைக் கட்டுப்படுத்துகிறானோ அவன் வேறு எந்தத் தவறையும் ஜெயித்துவிடலாம். அதைச் சாதிக்கமுடியாதவர்கள் கொடுமையான நரகத்தில் விழுந்து துன்பப்படுவார்கள்.'

'உன் மகன், இளவரசன் உதயகுமரன் மணிமேகலை என்ற பெண்ணின்மேல் காமம் கொண்டான். அவளோ ஏற்கெனவே துறவறம் பூண்டவள், ஆகவே, அவனுடைய நேசத்தை ஏற்றுக்கொள்ள மறுத்துவிட்டாள்.'

'அப்போதும் உதயகுமரன் அவளை விடவில்லை. துரத்தித் துரத்தித் தொந்தரவு செய்தான். அவனுடைய தொல்லை தாங்காமல் அவள் காயசண்டிகை என்ற இன்னொரு பெண்ணின் உருவத்திற்கு மாறிக்கொண்டாள். அந்த வடிவத்தில் உதயகுமரனுக்குப் பல அறநெறிகளைப் போதித்துத் திருத்தப் பார்த்தாள்.'

'இதைப் பார்த்த காயசண்டிகையின் கணவனுக்கு அவர்கள்மேல் சந்தேகம். உதயகுமரன்மீது ஆத்திரம் கொண்டு அவனை ரகசியமாக வெட்டி வீழ்த்திவிட்டான்.'

'மன்னா, இது உனக்குத் துயரம் தரும் செய்தி என்பதைப் புரிந்துகொள்ளமுடிகிறது. ஆனால் உதயகுமரனின் முன்வினைதான் அவனை இப்படிக் கொன்றுவிட்டது என்பதைப் புரிந்துகொள்.'

சோழ மன்னன் அதிர்ச்சியோடு முனிவர்களின் முகத்தைப் பார்த்தான். அவனுடைய உதடுகள் துடித்தன. கண்களில் நீர் பெருகியது.

சிறிது நேரத்துக்குப்பிறகு அவன் தன் மனத்தை ஆற்றிக்கொண்டு பேச ஆரம்பித்தான், 'முனிவர் பெருமக்களே, குற்றம் என்மீதுதான். உதயகுமரன் செய்த தவறை உணர்ந்து நானே அவனுக்குத் தண்டனை கொடுத்திருக்கவேண்டும்.'

'ஒரு நாட்டின் அரசன் நீதி தவறினால், அங்கு வாழும் மக்களுக்குப் பாதுகாப்பு இருக்காது, முனிவர்களின் தவம் கெடும், பெண்களின் கற்புக்கும் உத்திரவாதம் இருக்காது.'

'அதனால்தான், அன்றைக்கு மனுநீதிச் சோழனின் மகன் தவறு செய்தபோது, அவன் தன்னுடைய பிள்ளையைக் காப்பாற்ற முயற்சி செய்யவில்லை. இளவரசன் என்றும் பார்க்காமல் அவனைத் தேர்க்காலில் போட்டுக் கொன்று தண்டனை கொடுத்தான். நீதியை நிலைநாட்டினான்.'

'அப்பேர்ப்பட்ட சோழ வம்சத்தில் உதயகுமரன்போன்ற ஒரு தீயவன் தோன்றுவதற்கு நான் காரணமாக இருந்துவிட்டேன். அதை எண்ணி மிகவும் வருந்துகிறேன், வேதனைப்படுகிறேன்!'

'இந்த விஷயம் வெளியே தெரிந்து மக்கள் என்னைப்பற்றி இழிவாகப் பேசுவதற்குமுன்னால், உதயகுமரன் உடலுக்கு ஈமச் சடங்குகளைச் செய்து எரித்துவிடுங்கள்' என்றான் அரசன், 'அப்புறம், அவனுடைய மரணத்துக்குக் காரணமான அந்த மணிமேகலையைப் பிடித்துச் சிறையில் போடுங்கள்.'

49. பழிக்குப் பழி

'வாசந்தவை, ஏன் இந்தப் பதற்றம்? எதற்காக இப்படி மூச்சு வாங்க ஓடி வருகிறாய்? அப்படி என்ன நேர்ந்துவிட்டது?' சோழ அரசி சிரித்தபடி கேட்டாள்.

'ராசமாதேவி, ஒரு கெட்ட செய்தி' என்றாள் வாசந்தவை.

'என்னது?'

'நான் அதை எப்படிச் சொல்வேன் ராணி? ராஜகுலத்தில் பிறந்தவர்கள் வயதாகி முதுமை அடைந்து இறந்தால்கூட, அதை மிகப் பெரிய இழிவாக நினைப்பார்கள், அவர்களுடைய உடலைக் கீழே கிடத்தி, வாளால் பிளந்து 'போர்க்களத்தில் இறந்தவர்களைப்போல் வீர சுவர்க்கத்தை அடையுங்கள்' என்று வாழ்த்தி வழியனுப்புவார்கள்.'

'அப்பேர்ப்பட்ட குலத்தில் பிறந்த உன் மகன், ஒரு பெண்ணின்மீது கொண்ட காமத்தினால் கொல்லப்பட்டான். சோழ வம்சத்துக்கு இது எப்பேர்ப்பட்ட அவமானம்!'

வாசந்தவை சொன்ன செய்தி ராசமாதேவியின் உள்ளத்தைத் துளைத்தது. உதயகுமரன் செய்த தவறு என்ன என்பதெல்லாம்

அவளுடைய தாயுள்ளத்துக்குப் புரியவில்லை. தன் மகன் இறந்துவிட்டான், அதற்குக் காரணம் ஒரு பெண் என்பதுமட்டுமே அவள் மனத்தில் பதிந்தது.

'யார் அந்தப் பெண்?'

'அவள் பெயர் மணிமேகலை. மாதவியின் மகள். துறவறத்தை விரும்பி ஏற்றுக்கொண்டவள். அமுதசுரபி என்கிற பாத்திரத்தின்மூலம் மக்களுடைய பசியைத் தீர்க்கிறவள்.'

'அதெல்லாம் கிடக்கட்டும். என்னைப் பொறுத்தவரை, அவள் என் மகனைக் கொன்ற கொலைகாரி' என்றாள் ராசமாதேவி, 'நான் அவளைச் சும்மா விடமாட்டேன், பழிக்குப் பழி வாங்குவேன்!'

'கவலைப்படவேண்டாம் ராசமாதேவி, அரசர் ஏற்கெனவே அவளைச் சிறையில் அடைத்துவிட்டார்!'

'அவள் செய்த தவறுக்கு வெறும் சிறைத் தண்டனையெல்லாம் போதாது. இப்போது நான் மகனை இழந்து தவிக்கிறேனே, அதுபோல் அவளும் வேதனையில் துடிக்கவேண்டும்.'

சோழ அரசி தன்னுடைய துயரத்தை உள்ளே மறைத்துக்கொண்டாள். எப்படியாவது மணிமேகலையைச் சிறையிலிருந்து வெளியே கொண்டுவரவேண்டும், வேறு வழிகளில் அவளைப் பழிவாங்கவேண்டும் என்கிற எண்ணத்துடன் தன் கணவனை நெருங்கினாள்.

'அரசே, நடந்தது நடந்துவிட்டது. இன்னும் அந்தப் பெண் மணிமேகலையை ஏன் சிறையில் அடைத்துவைத்திருக்கிறீர்கள்?'

'என்ன இப்படிக் கேட்கிறாய் தேவி? அவள் செய்த குற்றத்துக்குத் தண்டனை தரவேண்டாமா?'

'துறவறத்தை ஏற்றுக்கொண்டவள் மணிமேகலை. அந்த விஷயம் தெரிந்திருந்தும் புத்தி கெட்டு அவள் பின்னே அலைந்தது நம் மகன் உதயகுமரனின் தவறு, இல்லையா?'

'உண்மைதான்!'

'இப்படிக் குற்றத்தை நம்பக்கம் வைத்துக்கொண்டு அந்த அறியாப்பெண்ணைத் தண்டிப்பது கொஞ்சம்கூட நியாயமில்லை மன்னா!'

'அப்படியா சொல்கிறாய்?'

'ஆமாம் அரசே! உதயகுமரனால் நம் குலத்துக்கு வந்த கெட்ட பெயர் போதும், தயவுசெய்து அந்த மணிமேகலையை விடுவித்துவிடுங்கள்.'

'தேவி, உன் விருப்பம் அதுவானால், நீயே மணிமேகலையைச் சிறையிலிருந்து விடுதலை செய்!' என்றான் சோழன்.

'நன்றி அரசே' என்று அவனை வணங்கி விடைபெற்றுக் கொண்டாள் ராசமாதேவி. இப்போது அவளுடைய நெஞ்சமெல்லாம் வஞ்சகம்மட்டும்தான் குடிகொண்டிருந்தது, 'மணிமேகலையைப் பழிவாங்கவேண்டும்' என்கிற ஒரே எண்ணத்துடன் சிறைக்கூடத்தை நோக்கி நடந்தாள்.

50. முதல் கோணல்

மணிமேகலை சிறையிலிருந்து விடுவிக்கப்பட்டாள்.

அதைவிட ஆச்சர்யம், அரசியே நேரில் வந்து மணிமேகலையை அழைத்துச்சென்றார். அதைப் பார்த்தவர்கள் பிளந்த வாய் மூடாமல் நின்றிருந்தார்கள்.

பின்னே? தன்னுடைய சொந்த மகனின் மரணத்துக்குக் காரணமான ஒரு பெண்ணை அரசன் சிறையில் அடைக்கிறான், அரசி விடுவிக்கிறார். அடுத்து என்ன? அவரைக் கூட்டிப்போய் சாப்பாடு போட்டு உபசரிக்கப்போகிறார்களா?

அதுதான் நடந்தது!

அரசி மணிமேகலையிடம் கனிவோடு பேசினாள், 'பெண்ணே, நான் உன்னைக் கட்டாயப்படுத்த விரும்பவில்லை. நீ என்னுடன் இருக்க விரும்பினால் நான் மிகவும் மகிழ்ச்சி அடைவேன், இல்லாவிட்டால் நீ உன்னுடைய அமுதசுரபிப் பாத்திரத்தை ஏந்திக்கொண்டு பழையபடி தர்மம் செய்யச் செல்லலாம். நான் அதைத் தடுக்கமாட்டேன்.'

மணிமேகலை எதுவும் பதில் பேசவில்லை. ராணியுடன் அவளுடைய அரண்மனைக்குச் சென்றாள்.

அங்கே மணிமேகலைக்காக அறுசுவை உணவு காத்திருந்தது. அதைச் சாப்பிடும்படி அவளை வேண்டினாள் சோழ அரசி.

அப்போது மணிமேகலைக்குத் தெரியாத விஷயம், அந்த மருந்தில் விஷம் கலக்கப்பட்டிருந்தது.

விஷம் என்றால், கொல்லும் விஷம் அல்ல, அதைவிடப் பலமடங்கு மோசமானது, கொடூரமானது, சாப்பிட்டவர்களுக்கு உடனே பித்துப் பிடிக்கவைக்கும் கொடிய மருந்து!

'மணிமேகலை இதைச் சாப்பிடுவாள், பைத்தியம் பிடித்துத் தெருத்தெருவாக அலைவாள், எந்நேரமும் சிரித்துக்கொண்டு, உடைகளைக் கிழித்துக்கொண்டு கண்டபடி திரிவாள், இதைப் பார்த்த ஊர் மக்கள் வெறுப்படைந்து, அவளைக் கல்லாலேயே அடித்துக் கொன்றுவிடுவார்கள்' என்று தனக்குள் சொல்லிக்கொண்டாள் அரசி. வெளியே புன்னகை முகத்தோடு அவளுக்கு உணவு பரிமாறினாள்.

எதுவும் தெரியாத மணிமேகலை கொஞ்சமாகச் சாப்பிட்டாள். எழுந்துகொண்டாள்.

ஆனால், ஆச்சர்யம். மருந்து கலந்த உணவைச் சாப்பிட்டுப் பல மணி நேரமாகியும் அவளுக்குப் பித்துப் பிடிக்கவில்லை. எப்போதும்போல் சாதாரணமாகப் பேசிக்கொண்டுதான் இருந்தாள். ராணி அதிர்ந்துபோனாள். மணிமேகலையைப் பழிவாங்கவேண்டும் என்கிற அவளுடைய திட்டம் முதல் கோணலாகிவிட்டது.

அதனால் என்ன? அரசி இன்னொரு திட்டத்திற்குத் தயாராகி விட்டாள்!

51. இரண்டாவது முயற்சி

அவன் துஷ்டன் என்பது பார்வையிலேயே தெரிந்தது.

எங்கோ ஒரு திசையைப் பார்த்து முறைத்துக்கொண்டு உட்கார்ந்திருந்தான் அவன். முகத்தில் பல நாள் தாடி. உடலில் ஆங்காங்கே கத்திக்குத்துக் காயங்கள், வடுக்கள்.

அவனுக்குப் படிப்பறிவு கிடையாது. எல்லாம் 'பட்ட' அறிவுதான். எப்பேர்ப்பட்ட வன்முறைக்கும் தயாராக இருக்கும் அடியாள்.

சோழ அரசியைப் பார்த்தவுடன் அவன் மரியாதையோடு எழுந்துகொண்டான். நாட்டையே ஆளும் மகாராணி, தன்னை எதற்கு வரவழைத்திருக்கிறார்கள் என்று அவனுக்குப் புரியவில்லை. பணிவோடு வணங்கி நின்றான்.

'இதோ பாரப்பா, உனக்கு ஒரு முக்கியமான வேலை வைத்திருக்கிறேன்' என்றார் அரசி, 'விஷயம் பரம ரகசியம், யாருக்கும் தெரியக்கூடாது!'

'உத்தரவு மகாராணி!'

அரசி தூரத்தில் அமைதியாக அமர்ந்திருந்த மணிமேகலையைச் சுட்டிக்காட்டினார், 'அந்தப் பெண்ணைத் தெரிகிறதா?'

‘சொல்லுங்கள் மகாராணி!’

‘அவள் பெயர் மணிமேகலை. நாளைக்கு அவள் இங்கே தனியாக இருக்கும்போது நீ அவளை நெருங்கவேண்டும், அவளுடைய உடம்பில் நகங்களை, பற்களைப் பதிக்கவேண்டும்’ ராணியின் முகத்தில் அளவில்லாத வன்மம் குடிகொண்டிருந்தது.

‘மகாராணி, அந்தப்புரத்துக்குள் ஆண்களை விடமாட்டார்களே?’

‘அதைப்பற்றிக் கவலைப்படாதே. உன்னை உள்ளே அனுமதிக்க வேண்டியது என்னுடைய பொறுப்பு. சரியா?’

அவன் பெரிதாகத் தலையாட்டினான், ‘இந்தப் பெண்ணை நெருங்கவேண்டும், வன்முறை செய்யவேண்டும். அவ்வளவுதானே?’

‘இன்னும் இருக்கிறது. அவளைச் சிதைத்தபிறகு நீயே ஊருக்குள் சென்று, மணிமேகலைக்கும் உனக்கும் ரகசியத் தொடர்பு இருப்பதாகப் பகிரங்கமாகச் சொல்லவேண்டும்.’

‘மகாராணி, நான் சொல்லிவிடுவேன், யார் நம்புவார்கள்?’

‘அவள் உடலில்தான் உன்னுடைய நகக்குறி, பல்குறியெல்லாம் இருக்கிறதே, நிச்சயமாக நம்புவார்கள்.’

‘சரி, நம்புகிறார்கள். அதன்பிறகு என்ன ஆகும்?’

‘வேறென்ன? ஒழுக்கம் கெட்ட பெண் என்று ஊர் அவளைத் தூற்றும். அடித்து விரட்டிவிடுவார்கள். அவ்வளவுதான்.’

அந்தத் துஷ்டன் மணிமேகலையை ஆச்சர்யத்தோடு பார்த்தான், ‘அப்பாவியாகத் தோன்றுகிற இந்தப் பெண்மீது மகாராணிக்கு இப்படி என்ன கோபம்?’

‘பெரிய இடத்து விவகாரம் எல்லாம் நமக்கு எதற்கு? வேலையை முடிக்கிறோம். காசு வருகிறது. அவ்வளவுதான். மற்றபடி யார் எக்கேடு கேட்டால் நமக்கென்ன?’

அவன் திருப்தியாகத் தலையாட்டினான், 'வேலையைக் கச்சிதமாகச் செய்துமுடித்துவிடுகிறேன் மகாராணி' என்றான், 'அந்தப் பொற்காசுகள்?'

அரசி அவனுக்குத் தங்கத்தை அள்ளி அள்ளிக் கொடுத்தாள். நாளையோடு மணிமேகலையின் கதை முடிந்தது என்கிற திருப்தியோடு உறங்கச் சென்றாள்.

52. அந்தப்புரத்துக்குள் ஓர் ஆண்

இருட்டு நேரம். அவன் பதுங்கிப் பதுங்கி அந்தப்புரத்தினுள் நுழைந்தான்.

மணிமேகலை அதே இடத்தில் கண் மூடி உட்கார்ந்திருந்தாள். முகத்தில் அளவில்லாத அமைதி. மூடிய அவளது விழிகளுக்குள், வருங்காலத்தில் நடக்கப்போகிறவை படமாக ஓடிக்கொண்டிருந்தன. அதில் அவளை நெருங்கும் துஷ்டனும் தெரிந்தான்.

யார் இவன்? புதிதாக இருக்கிறானே. அந்தப்புரத்தில் ஆண்களுக்கு அனுமதி கிடையாதே. இவன் எப்படி உள்ளே நுழைந்தான்? இப்படிச் சம்பந்தமில்லாமல் ஓர் ஆண் அந்தப்புரத்தினுள் வந்திருக்கிறான் என்றால் இதில் ஏதோ பெரிய சூழ்ச்சி இருக்கிறது என்று ஊகித்தாள் மணிமேகலை. அந்தச் சூழ்ச்சியின் பின்னணியில் இருப்பது மகாராணிதான் என்பதும் அவளுக்குப் புரிந்துவிட்டது.

என்ன செய்யலாம்? எனக்குதான் வானில் எழுந்து பறக்கும் மந்திரம் தெரியுமே. இங்கிருந்து பறந்து தப்பித்துவிடலாமா? செய்யலாம். ஆனால், அதன்மூலம் ராணியின் மனநிலை

மாறாது. அவள் தொடர்ந்து என்மேல் கோபத்தோடுதான் இருப்பாள். ஆக, அரசியைத் திருத்தவேண்டுமென்றால் நான் இங்கேயே தொடர்ந்து இருக்கவேண்டும். ஆனால் இந்தக் கயவனிடம் மாட்டிக்கொள்ளக்கூடாது. அதற்கு என்ன வழி?

மணிமேகலை தீவிரமாக யோசித்துக்கொண்டிருக்க, அவன் அவளை மிகவும் நெருங்கிவிட்டான். தூண்மறைவில் ஒளிந்து நின்றபடி அவள்மேல் பாயத் தயாரானான்.

அதே விநாடி, மணிமேகலை ஒரு மந்திரத்தை உச்சரித்தாள். உடனடியாக, அவள் ஓர் ஆண் உருவத்துக்கு மாறிவிட்டாள்.

இப்போது, அவளைப் பிடிக்க வந்தவன் அதிர்ந்துபோனான், 'யார் இந்த ஆள்? எப்படி அந்தப்புரத்துக்குள் நுழைந்தான்?'

அதைவிடப் பெரிய பிரச்னை, இவ்வளவு நேரமாக இங்கே உட்கார்ந்திருந்த மணிமேகலை என்ன ஆனாள்? என் கண்ணில் படாமல் எப்படித் தப்பிச் சென்றாள்? யோசிக்க யோசிக்க அவனுடைய சித்தம் கலங்கிவிட்டது.

அப்போதுதான் அவனுக்குச் சில உண்மைகள் புரிய ஆரம்பித்தன. 'ஒரு பெண்ணைச் சிதைத்து, அவளுடைய நல்ல பெயரைக் கெடுப்பது எப்பேர்ப்பட்ட பாவம். இந்த ராணியுடைய சூழ்ச்சிக்கு நானும் உடந்தையாக இருக்கிறேனே. எனக்கு நரகம்தான் கிடைக்கும்!'

'நல்லவேளை, கடைசி நேரத்தில் நிகழ்ந்த இந்தக் குழப்பத்தால் நான் பிழைத்துக்கொண்டேன். இனிமேல் நான் இந்த ஊரிலேயே இருக்கமாட்டேன்' என்று நினைத்த அவன் வந்த வழியாகத் திரும்பி ஓடிப்போனான்.

ஆண் உருவத்தில் இருந்த மணிமேகலை அதைப் பார்த்துச் சிரித்துக்கொண்டாள். மீண்டும் தன் பழைய வடிவத்துக்கு மாறினாள்.

ராணியின் சூழ்ச்சிகள் அவ்வளவுதானா? அல்லது, இன்னும் இருக்கிறதா?

53. எல்லா உயிர்களும் ஒன்றே!

தன்னுடைய இரண்டாவது திட்டமும் படுதோல்வி அடைந்ததை அறிந்த ராணிக்கு ஆத்திரம் பொங்கியது.

'இந்த மணிமேகலை பெரிய சூழ்ச்சிக்காரியாக இருப்பாளோ? எப்படியோ என்னுடைய திட்டங்களையெல்லாம் முறித்து எறிந்துவிடுகிறாளே!' என்று பொருமினாள் அரசி, 'இனிமேல் மறைமுகமாகச் செயல்பட்டுப் பிரயோஜனம் இல்லை. நேரடியாக அவளைத் தாக்கவேண்டியதுதான்!'

'என் மகனைக் கொன்றவள், அவளும் சாகவேண்டும். இதைத்தவிர வேறு எந்த நியாயமும் இருக்கமுடியாது!'

அடுத்த நாள், மணிமேகலைக்கு ஒரு புதிய நோய் வந்து விட்டதாகச் செய்தி பரப்பினாள் அரசி. இதைக் கேட்டவர்கள் பரிதாபத்துடன் உச்சுக்கொட்டினார்கள், 'என்ன நோய் அது?'

'தெரியவில்லை. பாவம், அவளால் சாப்பிடக்கூட முடியவில்லை. பெரிய விருந்துச் சாப்பாட்டையே அவள்முன்னால் வைத்தால்கூட, வேண்டாம் என்று ஒதுக்கிவிடுகிறாள். பசி எடுப்பதில்லை, வலுக்கட்டாயமாகச் சாப்பிட்டாலும் உணவு உள்ளே இறங்குவதில்லை.'

மணிமேகலை ஓர் அறையினுள் அடைத்துவைக்கப்பட்டாள். அவளால் சாப்பிடமுடியாது என்கிற பொய்யைத் திரும்பத் திரும்பச் சொல்லியே, மணிமேகலைக்கு ஒரு கவளம் சோறுகூடக் கிடைத்துவிடாதபடி பார்த்துக்கொண்டாள் சோழ அரசி.

அப்போதும், மணிமேகலை கோபப்படவில்லை. பறந்து செல்வதற்கான மந்திரத்தைப் பயன்படுத்தவில்லை. அமைதியாகத் தியானத்தில் அமர்ந்திருந்தாள்.

பசி அவளை ஒன்றும் செய்யவில்லை. பல நாள் ஆகியும் உடல் மெலிந்துபோகாமல் அப்படியே இருந்தாள்.

இதைப் பார்த்த சோழ அரசி நடுங்கிப்போனாள். மணிமேகலை சாதாரணப் பெண் இல்லை என்பது அவளுக்குப் புரிந்துவிட்டது. இவ்வளவு நாளாக அவளுக்குப் பல கஷ்டங்களைக் கொடுத்தது தவறு என்று எண்ணி வருந்தினாள்.

'மணிமேகலை, என்னை மன்னித்துவிடு. என் மகன் இறந்துவிட்டானே என்கிற துயரத்தைப் பொறுத்துக்கொள்ளாமல் உனக்குப் பல கொடுமைகளைச் செய்துவிட்டேன்.'

ராணி இப்படிக் கேட்டபோது மணிமேகலை மெல்லச் சிரித்தாள், 'சோழ அரசியே, இந்தப் பிறவியில்தான் அவன் உங்களுடைய மகன், முந்தைய பிறவியில் என் கணவன், அப்போது அவன் பெயர் ராகுலன், அவனை ஒரு பாம்பு கொத்திக் கொன்றுவிட்டது. இன்றைக்கு உதயகுமரனுக்காக அழுகிற நீங்கள், அன்றைக்கு ராகுலனின் மரணத்துக்காக அழுதீர்களா? அழத்தான் முடியுமா?'

'உண்மையில், நீங்கள் எதற்காக அழுதீர்கள்? உங்கள் மகன் உடலுக்காகவா? அந்த உடல்தான் ஏற்கெனவே சுடுகாட்டில் இட்டு எரிக்கப்பட்டுவிட்டதே?'

'ஒருவேளை, அவனுடைய உயிருக்காக அழுதீர்களோ? அந்த உயிர் தன்னுடைய நல்ல, கெட்ட செயல்களுக்கு ஏற்ப வேறோர் இடத்தில் புகுந்துகொள்ளும். அதை நாம் அறியமுடியாது. இல்லையா?'

'ஆக, உங்களுடைய மகன் எங்கேயும் போய்விடவில்லை. நம்மைச் சுற்றி இருக்கிற ஏதோ ஓர் உடலில் போய்க் கலந்திருக்கிறான், இன்னோர் உயிராகப் பிறந்திருக்கிறான். அது எந்த உயிர் என்று உனக்குத் தெரியாத காரணத்தால், நீங்கள் எல்லா உயிர்கள்மீதும் அன்பு செலுத்துங்கள், அதுதான் நியாயம்!'

இப்படிப் பலவிதமாக ராணிக்கு அறிவுரை சொன்ன மணிமேகலை, உதயகுமரனின் முன்பிறவிக் கதையையும் விளக்கிச் சொன்னாள், 'அன்றைக்கு ஒரு சமையல்காரர்மீது கோபப்பட்டு அவரைக் கொன்ற பாவம்தான், என் கணவன் ராகுலனையும் கொன்றது, இந்தப் பிறவியில் உங்கள் மகன் உதயகுமரனையும் கொன்றது. புரிந்ததா?'

சோழ அரசி ஆச்சர்யத்தோடு மணிமேகலையைப் பார்த்தாள், 'இதெல்லாம் உனக்கு எப்படித் தெரியும்?'

மணிமேகலை தன்னுடைய கதையையும் அவளுக்கு விரிவாகச் சொன்னாள், 'நீங்கள் எனக்குப் பித்துப் பிடிக்கும் மருந்தைக் கொடுத்தீர்கள். ஆனால் எனக்குப் பழைய பிறவி, மறுபிறப்பு அனைத்தையும் உணர்ந்த ஆற்றல் இருப்பதால், அந்த மருந்து செயல்படவில்லை!'

'அதன்பிறகு, நீங்கள் ஒரு தீயவனை என்னிடம் அனுப்பினீர்கள், நான் ஆண் வடிவம் கொண்டு அவனிடமிருந்து தப்பிவிட்டேன்!'

'கடைசியாக, என்னைப் பட்டினி போட்டுக் கொல்லப் பார்த்தீர்கள். நான் பசியை வெல்லும் மந்திரம் அறிந்தவள் என்பதால் அதிலிருந்தும் தப்பினேன்.'

'உண்மையில், நான் இவ்வளவு நாள் பொறுமையாகக் காத்திருக்கவேண்டிய அவசியமே இல்லை. உங்களுடைய வஞ்சக எண்ணம் புரிந்தவுடனேயே வானத்தில் பறந்து சென்று தப்பித்திருக்கலாம். ஆனால், என்னுடைய முன்பிறவிக் கணவனை இந்தப் பிறவியில் மகனாகப் பெற்றவர் நீங்கள். உங்களுடைய கோப எண்ணத்தை நோக்கி, கெட்ட செயல்களை ஒழித்து நல்லவராக்கவேண்டும் என்கிற எண்ணத்தோடுதான் நான் இங்கே பொறுமையாகக் காத்திருந்தேன்.'

‘அரசியே, ஒருவர் நன்றாகப் படித்தால்மட்டும் போதாது, வசதியாக வாழ்வதுமட்டும் போதாது, உள்ளத்தில் கோபம் என்கிற கொடிய விஷம் உள்ளவரை அவர்கள் எந்த நல்லது செய்தும் பயன் இல்லை. இதைப் புரிந்துகொள்ளுங்கள், உங்களுடைய கோபத்தை அடக்கப் பழகுங்கள்!’

‘வறுமையில் இருப்பவர்களுக்கு அவர்கள் கேட்பதைக் கொடுப்பவர்கள்தான் நல்லவர்கள், அவர்களுடைய பசியைப் போக்குகிறவர்களுக்குதான் சொர்க்கத்தின் கதவுகள் திறக்கும்!’

‘மனிதர்கள்மட்டுமில்லை, விலங்குகள், செடிகொடிகள் என்று எல்லா உயிர்களும் ஒன்றே. அத்தனையின்மீதும் அன்பு செலுத்திப் பழகுங்கள். வாழ்க்கை ஆனந்தமயமாக இருக்கும்!’ என்று ராணிக்கு அறிவுரை சொன்னாள் மணிமேகலை. அவளுடைய அமுத மொழிகளைக் கேட்டு அரசியின் துயரம் மறைந்தது, கோபம் காணாமல் போனது.

‘மணிமேகலை, என்னைத் திருத்திய உனக்கு நன்றி’ என்றாள் சோழன் மனைவி. மணிமேகலையின் கால்களில் விழுந்து தொழுதாள்.

‘அரசி, தாங்கள் என் காலில் விழுவது சரியல்ல’ என்றாள் மணிமேகலை, ‘என்னுடைய முன்பிறப்புக் கணவனை இந்தப் பிறவியில் மகனாகப் பெற்றவர் நீங்கள். அதுமட்டுமில்லாமல் இந்த நாட்டுக்குப் பட்டத்து அரசியாகவும் இருக்கிறீர்கள். உங்களை நான் தொழுவதுதான் முறை!’

மணிமேகலை சோழ அரசியின் காலில் விழுந்து வணங்கினாள். தன்னைக் கொல்லப் பார்த்தவளுக்கும்கூட உரிய மரியாதையைச் செலுத்துகிற அவளுடைய பண்பை எண்ணி ராணியின் கண்களில் நீர் ததும்பியது!

54. நகரம் என்ன ஆகும்?

‘ராசமாதேவிக்கு என் தாழ்மையான வணக்கம்!’

தன்முன்னே வந்து நிற்கும் மூதாட்டியை ஏற இறங்கப் பார்த்தாள் சோழன் மனைவி, ‘பெண்ணே, நீ யார்?’

‘என் பெயர் சித்திராபதி, மாதவியின் தாய், மணிமேகலை என்னுடைய பேத்தி.’

தன்னை முறைப்படி அறிமுகப்படுத்திக்கொண்டு ராணியின் காலில் விழுந்து வணங்கினாள் சித்திராபதி. அப்போது அவளுடைய மனமெல்லாம் கனம் நிரம்பிக்கிடந்தது. கண்களில் நீர் நிற்காமல் பெருகி வழிந்துகொண்டிருந்தது.

‘கடவுளே, என் ஒருத்தியின் பேராசையால் என்னவெல்லாம் நடந்துவிட்டது. என் பாவத்துக்கு மன்னிப்பு உண்டா?’

‘ஒரு பாவமும் அறியாத உதயகுமரனிடம் மணிமேகலையைப்பற்றிப் புகழ்ந்து சொன்னேன். அவன் மனத்தில் இல்லாத காதலை, காமத்தைக் கிளறிவிட்டேன்.’

‘அந்த மணிமேகலாத் தெய்வமே நேரில் வந்து சொல்லியும்கூட, இளவரசனை நான் திருந்தவிடவில்லை. இன்னும் ஏதேதோ வஞ்சக வார்த்தைகளைச் சொல்லி அவனைத் தூண்டிவிட்டு

மறுபடியும் மணிமேகலையிடம் அனுப்பிவைத்தேன். அங்கே யாரோ ஒருவன் அவனை வெட்டிக் கொன்றுவிட்டான். இந்தப் பாவமெல்லாம் எனக்குதானே?'

சித்திராபதி இப்படித் தனக்குள் நினைத்து நினைத்து அழுதுகொண்டிருக்க, அரசி ஒன்றும் புரியாமல் விழித்தாள், 'பெண்ணே, சித்திராபதி, ஏன் அழுகிறாய்?' என்று கேட்டாள், 'உன் பேத்தி மணிமேகலைக்கு ஒன்றும் ஆகிவிடவில்லை, அவள் பத்திரமாகத்தான் இருக்கிறாள்!'

'நான் மணிமேகலையை நினைத்து அழவில்லை ராணி, என்னுடைய துன்பத்தை எண்ணிதான் கதறுகிறேன்!'

'அப்படி என்ன பெரிய துன்பம் வந்துவிட்டது உனக்கு?'

'என்னைப்போன்ற கணிகையர் குலப் பெண்களுக்கு வாழ்க்கையே பெரிய சாபம்தான் அம்மா. ஆனால், என் குலத்தைச் சேர்ந்த மற்ற பெண்களையெல்லாம்விட, நான் அனுபவித்த துயரம் மிக மிக அதிகம்!'

'முதலில், கோவலன் என்பவன் என்னுடைய மகள் மாதவியின் மாலையை விலை கொடுத்து வாங்கினான். அவளோடு வாழ்க்கை நடத்தி ஒரு மகளையும் பெற்றான்!'

'அதனால் என்ன?' என்றாள் சோழ அரசி, 'கணிகைப் பெண்கள் ஒருவனைமட்டும் காதலனாக ஏற்றுக்கொண்டு வாழ்வது ஒன்றும் புதிய விஷயம் இல்லையே!'

'ஆமாம் அம்மா. ஆனால், அந்தக் கோவலன் திடீரென்று இறந்தபோது என் மகள் மாதவி என்ன செய்திருக்கவேண்டும்? அவனை மறந்துவிட்டு இன்னொருவனோடு வாழச் சென்றிருக்கவேண்டும். அதுதானே எங்களுடைய கணிகையர் குல மரபு?'

'ஆனால், அவள் அப்படிச் செய்யவில்லை. காதலன் இறந்தான் என்று வருத்தப்பட்டுக்கொண்டு சமணப் பள்ளியில் சேர்ந்துவிட்டாள். துறவியாகிவிட்டாள்.'

'இதனால், மற்ற கணிகைப் பெண்கள் மத்தியில் நான் அனுபவித்த அவமானம் கொஞ்ச நஞ்சமில்லை. எவ்வளவோ முயன்றும் என்னால் மாதவியைத் திருத்தமுடியவில்லை. அவள் துறவறத்தைவிட்டு விலகமுடியாது என்று பிடிவாதமாக மறுத்துவிட்டாள்.'

'சரி, மகள்தான் போனாள், அவளுடைய மகள், என் பேத்தியாவது கணிகையர் வழிப்படி நடப்பாள் என்று பார்த்தால், அந்த நினைப்பிலும் மண் விழுந்துவிட்டது. மாதவியின் மகள் மணிமேகலையும் துறவறத்தை ஏற்றுக்கொண்டாள். பிச்சைப் பாத்திரத்தை எடுத்துக்கொண்டு ஊருக்கெல்லாம் சாப்பாடு போடுகிறேன் என்று கிளம்பிவிட்டாள்.'

'இதையெல்லாம் பார்த்துவிட்டு என்னைச் சுற்றியிருப்பவர்கள் கேலி செய்கிறார்கள். என்னால் அந்த அவமானத்தைப் பொறுத்துக்கொள்ளமுடியவில்லை.'

'சித்திராபதி, நீ சொல்வது வேடிக்கையாக இருக்கிறது. ஒருவர் துறவியாக மாறுவது சாதாரண விஷயம் இல்லை. அதற்குப் பெரிய தியாக மனப்பான்மை வேண்டும். உன் மகளும் பேத்தியும் அப்படிச் செய்திருக்கிறார்கள் என்றால் நீ பெருமைப்படவேண்டும். வருத்தப்படக்கூடாது!'

'ராணி, துறவறத்தை நான் குறை சொல்லவில்லை. எங்கள் குலத்தில் பிறந்தவர்களுக்கு அது பொருந்தாது என்றுமட்டும்தான் சொல்கிறேன்' என்றாள் சித்திராபதி, 'என்னுடைய துயரத்தை விடுங்கள், அது எனக்குப் பழகிவிட்டது. இப்போது என் கவலையெல்லாம், என்னால், என் பேத்தி மணிமேகலையால் இந்த நகரத்துக்கு ஓர் அழிவு வந்துவிடுமோ என்பதுதான்!'

'என்ன சொல்கிறாய் சித்திராபதி? மணிமேகலையால் இந்த நகரம் அழிந்துவிடுமா? அது எப்படி?'

'மணிமேகலைக்குப் பெயர் சூட்டியவன் அவள் தந்தை கோவலன். அவன் மணிமேகலாத் தெய்வத்தை மனத்தில் வைத்துதான் அப்படி ஒரு பெயரைத் தேர்வு செய்தான்'

என்றாள் சித்திராபதி, ‘இப்போது இந்தப் புகார் நகரத்தில் அந்த மணிமேகலைக்கு ஒரு துன்பம் என்றால், மணிமேகலாத் தெய்வம் வருத்தப்படும். அவளைக் காப்பாற்றுவதற்காக இங்கே வந்து தோன்றும். அப்போது ஊரில் என்னென்ன கெடுதல் நடக்குமோ, யாருக்குத் தெரியும்?’

ராணி திகைப்போடு நின்றுகொண்டிருக்க, சட்டென்று சித்திராபதி தன்னுடைய கோரிக்கையைச் சொன்னாள், ‘அரசமாதேவியே, உங்களுடைய கருணை எல்லையில்லாதது, என் பேத்தி மணிமேகலையைச் சிறையில் இருந்து விடுவித்துவிட்டீர்கள், இப்போது அவளை வீட்டுக்கு அழைத்துச் செல்ல எனக்கு அனுமதி கொடுங்கள்!’

‘முடியாது’ என்றாள் அரசி, ‘அறிவுள்ளவர்கள் கள் அருந்தமாட்டார்கள், பொய் சொல்லமாட்டார்கள், காமத்தின் வலையில் சிக்கமாட்டார்கள், கொலை செய்யமாட்டார்கள், திருடமாட்டார்கள். ஆனால் இந்த ஐந்துவகைக் குற்றங்களையும் சேர்த்துச் செய்வதுதான் உங்களைப்போன்ற பொதுமகளிரின் வாழ்க்கை. அது பிடிக்காமல்தான் மணிமேகலை உன்னிடமிருந்து விலகி வந்திருக்கிறாள், அவளை நான் உன்னோடு அனுப்பமாட்டேன்.’

‘அப்படியானால்?’

‘இனிமேல் மணிமேகலை என்னுடன்தான் இருப்பாள்!’ உறுதியான குரலில் சொன்னாள் சோழன் மனைவி.

55. அறவணடிகள் வருகை

'சுதமதி!'

மென்மையான குரல் கேட்டுத் திரும்பிப் பார்த்தாள் சுதமதி. அங்கே மாதவி கண்ணீருடன் நின்றிருந்தாள்.

'என்ன ஆயிற்று? ஏன் அழுகிறீர்கள்?'

'அழாமல் எப்படி இருக்கமுடியும் சுதமதி? மணிமேகலைக்கு என்ன ஆனதோ என்று நினைத்தால் என் உள்ளம் பதறுகிறது!'

'மணிமேகலையை எப்போதோ சிறைச்சாலையிலிருந்து விடுதலை செய்துவிட்டார்கள். அரசி அவளைத் தன் பொறுப்பில் அக்கறையாகக் கவனித்துக்கொள்கிறார் என்று கேள்விப்பட்டேன்.'

'நீ ஆயிரம்தான் சொன்னாலும் என் மனம் பொறுக்கவில்லை சுதமதி. எனக்கு உடனே மணிமேகலையைப் பார்க்கவேண்டும். அவளை இங்கே அழைத்துவரவேண்டும். அதற்கு என்ன வழி? சீக்கிரம் சொல்!'

‘நாம் அறவணடிகளிடம் சென்று பேசுவோம்’ என்றாள் சுதமதி, ‘அவர்தான் இந்தப் பிரச்னைக்கு ஏதாவது ஒரு வழி சொல்வார்.’

உடனடியாக, அவர்கள் அறவணடிகளைத் தேடிச் சென்றார்கள். அவரைக் கண்டவுடன் காலில் விழுந்து கண்ணீர் சிந்தினாள் மாதவி, ‘அடிகள் பெருமானே, நீங்கள்தான் என்னுடைய துயரத்தைப் போக்கவேண்டும்.’

அறவணடிகள் எல்லா விவரங்களையும் கேட்டுக்கொண்டார். பிறகு நிதானமாக, ‘நாம் இப்போதே அரசியைச் சென்று பார்க்கவேண்டும்’ என்றார், ‘நீயே நேரில் வந்து கேட்டால் அரசி நிச்சயமாக ஒத்துக்கொள்வார். மணிமேகலையை நம்மோடு அனுப்பிவைத்துவிடுவார்!’

அவருடைய நம்பிக்கை வார்த்தைகளைக் கேட்டவுடன் மாதவிக்கு உயிர் திரும்பினாற்போலிருந்தது. கலங்கிய மனத்தைத் திடப்படுத்திக்கொண்டு அவரோடு நடந்தாள்.

அறவணடிகளும் மாதவியும் அரசியைச் சந்திக்கச் சென்றபோது, அங்கே சித்திராபதியும் இருந்தாள். எல்லோரும் அறவணடிகளின் காலில் விழுந்து ஆசி பெற்றார்கள்.

முனிவருக்கு உரிய ஆசனம் கொடுத்து அமரவைத்தாள் அரசி, ‘முனிவர் பெருமானே, நான் செய்த புண்ணியம், உங்களைப் பார்க்கும் பாக்கியம் கிடைத்தது’ என்று வாழ்த்திப் போற்றினாள், ‘தங்கள் காலடி படுவதற்கு இந்த அரண்மனை கொடுத்துவைத்திருக்கவேண்டும்! நீங்கள் பல்லாண்டு வாழவேண்டும்!’

‘தேவி, நான் முனிவன்தான், தவம் செய்கிறவன்தான். ஆனால் என்னால்கூட மரணத்தை வெல்லமுடியாது’ என்றார் அறவணடிகள், ‘காலையில் கம்பீரமாக உதித்து, மேலே மேலே போய், பின்னர் மாலையில் கீழே விழுந்து இறந்துவிடும் சூரியனைப்போலதான் நானும், நீயும், இங்கே பிறக்கிற எல்லோருமே!’

'மனிதன் பிறக்கிறான், வயதாகிறான், நோய் அடைகிறான், இறந்துபோகிறான், இதுதான் இயற்கை. இதை யாராலும் மாற்றமுடியாது!'

மறைமுகமாக அறவணடிகள் சுட்டிக்காட்டுவது உதயகுமரனின் மரணத்தைதான் என்பது எல்லோருக்கும் புரிந்தது. ஏற்கெனவே மணிமேகலையின் அறிவுரைகளால் தெளிவடைந்திருந்த அரசியும் உணர்ச்சிவயப்படாமல் முனிவரின் நல்லுரைகளைக் கவனமாகக் கேட்டுக்கொண்டிருந்தாள்.

'நிலையில்லாத இந்த வாழ்க்கையில், நல்ல விஷயங்களைச் செய்வதில் நம் மனத்தைச் செலுத்தவேண்டும். குற்றங்களைத் தவிர்க்கவேண்டும், ஒழுக்கத்தை உயிராகக் கருதி ஏற்றுக்கொள்ள வேண்டும், தானதர்மங்களில் மகிழ்ச்சியோடு ஈடுபடவேண்டும்!'

அறவணடிகள் பேசி முடித்ததும், மணிமேகலை அவருடைய காலடிகளில் விழுந்து பணிந்தாள், 'முனிவர் பெருமானே, நான் இங்கிருந்து புறப்படுகிறேன்' என்றாள்.

மணிமேகலை இப்படிச் சொன்னதும் அரசிக்கு அதிர்ச்சி, மாதவிக்கு அதிர்ச்சி, சித்திராபதிக்கு அதிர்ச்சி, அறவணடிகள்கூட திகைப்புற்றுக் காணப்பட்டார்.

'ஏன் மணிமேகலை, நீ எங்கே போகிறாய்? ஏன் போகவேண்டும்? தயவுசெய்து நீ இங்கேயே எங்களுடன் இருந்துவிடு!' அரசியும் மாதவியும் ஒரே குரலில் சொன்னார்கள்.

'இல்லை அம்மா. நான் இங்கே இருப்பது நல்லதில்லை' என்றாள் மணிமேகலை, 'நான் இனிமேலும் இந்த ஊரில் தங்கினால், இளவரசன் உயிருக்கு எமனாக வந்தவள் இவள் என்று மக்கள் என்னைக் காண்பித்துக் கேலி செய்வார்கள். அது பொய்யாகவே இருந்தாலும், அந்தப் பழிச்சொல்லுக்கு நான் இடம் அளிக்க விரும்பவில்லை!'

'ஆனால், நீ எங்கே போவாய் மணிமேகலை? உனக்கு யாரைத் தெரியும்?'

'ஆபுத்திரன் மறுபிறவி எடுத்திருக்கும் நாட்டுக்குச் செல்கிறேன்' என்றாள் மணிமேகலை, 'பின்னர் அவனோடு மணிபல்லவம் போவேன், வஞ்சிக்குப் போவேன், பத்தினி கண்ணகியின் சார்பாக நல்ல அறங்களை எல்லோருக்கும் எடுத்துச் சொல்வேன்.'

'தயவுசெய்து நாங்கள் சொல்வதைக் கேள் மணிமேகலை. உனக்கு ஏதாவது ஆபத்து வந்துவிட்டால் எங்களால் அதைத் தாங்கிக்கொள்ளமுடியாது!'

'எனக்கு எந்த ஆபத்தும் வராது. நீங்கள் வருந்தவேண்டாம்' என்றாள் மணிமேகலை. அதன்பிறகு அரை விநாடிகூடக் காத்திருக்காமல் புறப்பட்டுவிட்டாள்.

அரண்மனையிலிருந்து கிளம்பிய மணிமேகலை சம்பாபதிக் கோவிலைச் சுற்றிவந்து வணங்கினாள், பிறகு வானத்தில் எழுந்து பறக்க ஆரம்பித்தாள்.

56. எல்லாம் மறந்துவிட்டாய்!

‘சாவகத் தீவு இன்னும் எவ்வளவு தூரம்?’

நெடுநேரமாகப் பறந்துகொண்டிருந்த மணிமேகலைக்குக் களைப்பாக இருந்தது. கண்ணில் பட்ட ஒரு பூஞ்சோலையில் இறங்கினாள். சற்று நேரம் இளைப்பாறினாள்.

பின்னர், யாரேனும் தென்படுகிறார்களா என்று பார்த்துக்கொண்டு மெல்ல நடந்தார். எதிரில் ஒரு முனிவர் வந்தார். அவர் பெயர் தருமசாவகன்.

‘ஐயா வணக்கம்’ முனிவரைத் தொழுது நின்றாள் அவள், ‘என் பெயர் மணிமேகலை.’

அந்த முனிவரின் முகத்தில் அளவற்ற அமைதி. அவருக்கு ஏற்கெனவே மணிமேகலையைத் தெரியும் என்பதுபோல் நடந்துகொண்டார். ஒருவிதத்தில், அவர் அவளை எதிர்பார்த்துக் கொண்டிருப்பதாகக்கூடத் தோன்றியது.

ஆனாலும் மணிமேகலை தன்னை முறைப்படி அறிமுகப்படுத்திக்கொண்டாள், ‘நான் புகார் நகரில் இருந்து வருகிறேன், இது எந்த ஊர் என்று நான் அறியலாமா?’

'பெண்ணே, இது நாகபுரம்' என்றார் முனிவர்.

'இதை ஆளும் மன்னன்?'

'இந்நாட்டின் மன்னன் பெயர் புண்ணியராசன், பழைய அரசன் பூமிசந்திரனின் மகன். இவன் பிறந்ததுமுதல் நாட்டில் சிறப்பாக மழை பெய்கிறது. பயிர்கள் செழிப்புடன் வளர்கின்றன, மற்ற செல்வங்களுக்கும் குறைச்சலே இல்லை, மக்கள் மகிழ்ச்சியோடு இருக்கிறார்கள்.'

முனிவர் புகழ்ந்து சொல்லும் இந்த மன்னன் புண்ணியராசன்தான் முன்பிறவியில் ஆபுத்திரன் என்பதை மணிமேகலை உணர்ந்தாள், 'பரவாயில்லை, நான் சரியான இடத்துக்குதான் வந்திருக்கிறேன்!' என்று தனக்குள் சொல்லிக்கொண்டாள். அந்த ஆபுத்திரனைச் சந்திப்பது எப்படி என்று யோசிக்கத் தொடங்கினாள்.

அதே நேரம், அவள் சந்திக்க விரும்பிய அந்த ஆபுத்திரன் (அதாவது, அரசன் புண்ணியராசன்) தருமசாவகனைத் தரிசிப்பதற்காக அந்தப் பூஞ்சோலைக்கு வந்தான். மாதவம் செய்த முனிவரை வணங்கினான்.

மன்னனுக்கு ஆசி வழங்கிய முனிவர், அவனுக்குப் பல நல்ல அறங்களைப்பற்றி விளக்கிச் சொன்னார். அவருடைய நல்லுரையைப் பக்தி, அக்கறையோடு கேட்டான் புண்ணியராசன்.

அதன்பிறகு, தருமசாவகனுக்குப் பக்கத்தில் நின்றிருந்த மணிமேகலையைக் கவனித்தான் அரசன், 'முனிவர் பெருமானே, கையில் பிச்சைப் பாத்திரத்துடன் நிற்கும் இந்தப் பெண் யார்?'

முனிவர் பதில் சொல்வதற்குமுன்னால், அரசனுக்கு அருகே இருந்த ஒரு மெய்க்காப்பாளன் முன்னே வந்தான், 'மன்னர் பெருமானே, நான் ஏற்கெனவே இந்தப் பெண்ணைப் பார்த்திருக்கிறேன்!' என்றான்.

'அப்படியா? எங்கே?'

'புகார் நகரத்தில்!'

அரசனுக்கு ஆச்சர்யம். 'இந்தப் பெண் அவ்வளவு தூரத்திலிருந்தா வந்திருக்கிறாள்?' என்று வியந்து நின்றான்.

மெய்க்காப்பாளன் தொடர்ந்து சொன்னான், 'மன்னா, சிறிது காலத்துக்கு முன்னால் கிள்ளிவளவனோடு நட்பு வளர்த்துக்கொள்ள எண்ணி நான் கப்பலில் புகார் நகரத்துக்குச் சென்றேன். அப்போது அங்கே இவள் உணவை வாரி வாரி வழங்கும் அமுதசுரபியைக் கொண்டு மக்களுக்குத் தர்மம் செய்து புகழ் பெற்றுக்கொண்டிருந்தாள். மாமுனிவர் அறவணடிகள் இவளுடைய மகிமையைப் புகழ்ந்து சொன்னார்.'

'அட, ஆமாம்!' என்றான் அரசன், 'இப்போது எனக்கு ஞாபகம் வந்துவிட்டது, நீ புகார் நகரத்திலிருந்து திரும்பி வந்தபிறகு என்னிடம் இவளைப்பற்றிச் சிறப்பாகச் சொன்னாய், அல்லவா?'

'ஆமாம் அரசே!' என்றான் அவன், 'அவள்தான் இவள். புகாரில் இருந்து இங்கே வந்திருக்கிறாள்.'

'பெண்ணே, நீ எங்கள் நாட்டுக்கு வந்தது மிகவும் மகிழ்ச்சி' என்று அவளை வரவேற்றான் புண்ணியராசன், 'ஆனால், இங்கே உன் அமுதசுரபிக்குத் தேவை இருக்காது. எங்கள் நாடு எல்லா வளங்களுடனும் சிறப்பாக, செழிப்பாக இருக்கிறது, மக்களுக்குப் பசியோ மற்ற குறைகளோ இல்லை!'

'மன்னா, நான் இங்கே வந்தது உன் நாட்டு மக்களுக்காக அல்ல' என்றாள் மணிமேகலை, 'உனக்காக!'

'எனக்காகவா?'

'ஆமாம். என் கையில் உள்ள அமுதசுரபியைப் பார், உனக்கு அடையாளம் தெரிகிறதா?'

'இல்லையே!'

'முன்பிறவியில் இந்த அமுதசுரபி உன் கையில் இருந்தது. இப்போது என்னிடம் வந்துள்ளது.'

'அப்படியா? நிஜமாகவா சொல்கிறாய்?' மன்னன் அதிர்ந்துபோய்க் காணப்பட்டான். அவனால் இந்தத் தகவலை நம்பக்கூட முடியவில்லை.

'ஆம் அரசே. இந்தப் பிறவியில் நீ பெரிய அரசனாக, செல்வத்தில் திளைப்பவனாகப் பிறந்துவிட்டதால், அமுதசுரபியின் மகிமையை மறந்துவிட்டாய். சென்ற பிறப்பில் நீ ஒரு பசுவின் மகனாக வளர்ந்ததை மறந்துவிட்டாய், உன் கையில் அமுதசுரபி இருந்ததைக்கூட நினைவில் வைக்கவில்லை!'

'பெண்ணே, எனக்கே மறந்துவிட்ட இந்த விஷயமெல்லாம் உனக்கு எப்படித் தெரியும்?'

'நீயும் இதையெல்லாம் தெரிந்துகொள்ளலாம்' என்றாள் மணிமேகலை, 'ஆனால் அது இங்கே சாத்தியம் இல்லை. அதற்கென்று ஒரு விசேஷமான புனிதத் தலம் இருக்கிறது!'

'எங்கே?'

'மணிபல்லவத் தீவு! நீ அங்கே வந்தால், உன்னுடைய முன்பிறவியைப்பற்றி முழுமையாக உணரலாம். வருவாயா?'

அரசன் பதில் சொல்லவில்லை. மணிமேகலையும் அவனை அவசரப்படுத்த விரும்பவில்லை. அவன் பொறுமையாகச் சிந்திக்கட்டும் என்று நினைத்துக்கொண்டாள். அங்கிருந்து அவள்மட்டும் வான் வழியாகப் புறப்பட்டு மணிபல்லவத் தீவை நோக்கிப் பறந்தாள்.

புண்ணியராசன் மணிமேகலையை வியப்போடு பார்த்தான். அவள் சொன்னதையெல்லாம் அவனால் நம்பவும் முடியவில்லை, நம்பாமல் இருக்கவும் முடியவில்லை. இப்போது என்ன செய்வது?

57. நான் யார்?

அரசன் புண்ணியராசனின் மனம் ஒரு நிலையில் இல்லை.

பூஞ்சோலையில் மணிமேகலையைச் சந்தித்ததுமுதல் அவன் ஒரு குழப்பத்தில் தவித்துக்கொண்டிருந்தான், 'நிஜமாகவே நான் ஒரு பசுவின் மகனா? அரசன் இல்லையா? உண்மையில் நான் யார்?'

இந்தக் கேள்விக்குப் பதில் ஒரே ஒருவருக்குதான் தெரியும். பூமிச் சந்திரனின் மனைவி, புண்ணியராசனின் தாய் அமரசுந்தரி.

புண்ணியராசன் நேராகத் தன்னுடைய தாயிடம் ஓடினான். மணிமேகலையைச் சந்தித்ததுபற்றிச் சொன்னான், 'அந்தப் பெண் சொல்வதெல்லாம் உண்மையா அம்மா? நான் உங்கள் மகனா? அல்லது பசுவின் மகனா?'

'இரண்டும்தான்' என்றார் அமரசுந்தரி.

'என்னம்மா சொல்கிறீர்கள்?'

'எனக்கும் உன் தந்தைக்கும் பல வருடங்களாகக் குழந்தையே இல்லை. அப்போது எங்கள் நாட்டில் ஒரு முனிவரிடம் வளர்ந்த

பசு மாட்டின் வயிற்றிலிருந்து பொன் தகட்டால் ஆன ஒரு முட்டை பிறந்தது. அதிலிருந்து நீ வெளிப்பட்டாய்.'

'குழந்தை இல்லாத நாங்கள் உன்னைத் தத்தெடுத்துக்கொண்டு அன்பாக வளர்த்தோம். அதன்பிறகு எங்களுக்குமட்டுமில்லை, இந்த நாடு மொத்தத்துக்கும் சந்தோஷம், செழிப்பு!'

இதுவரை தான் தந்தையாக, தாயாக நினைத்துக்கொண்டிருந்த பூமிச் சந்திரனும் அமரசுந்தரியும் உண்மையில் தனது வளர்ப்புப் பெற்றோர்தான் என்பதைப் புரிந்துகொண்ட புண்ணியராசன் அதிர்ச்சியில் ஆழ்ந்தான். தன்னுடைய வாழக்கையைப்பற்றிப் பல நிச்சயமற்ற கேள்விகள் அவனுக்குள் தோன்றின.

அதன்பிறகு, மன்னன் மனம் எதிலும் முழுமையாக ஈடுபடவில்லை. நாட்டுக் கடமைகளை மறந்தான், அரச ஆடம்பரங்களை மறந்தான், அந்தப்புரப் பெண்களை மறந்தான், எந்நேரமும் தன்னுடைய முன்பிறவி, இந்தப் பிறப்பையே நினைத்துக் குழம்பிக்கொண்டிருந்தான்.

'மணிமேகலை சொல்வது உண்மை என்றால், போன பிறவியில் நான் ஒரு தவறான பெண்ணுக்கு மகனாகப் பிறந்தேன். அதன்பிறகு பசுவால் வளர்க்கப்பட்டு, அமுதசுரபி என்கிற அற்புதமான பாத்திரத்தைப் பெற்று மக்களுக்குத் தர்மம் செய்து மகிழ்வித்தேன், ஊருக்கெல்லாம் உணவு கொடுத்து உயிர் கொடுத்தேன். பசி தீர்ந்த மக்கள் என்னை வாயார வாழ்த்தினார்கள்.'

'ஆனால் இப்போது? வெறும் அரச சவுகர்யங்களில் நேரம் செலவிட்டுக்கொண்டிருக்கிறேன். என்னால் யாருக்கு என்ன பயன்? இந்த ஆடம்பர வாழ்க்கையைத் துறந்துவிட்டு, நல்ல தர்ம நெறியில் போகவேண்டும்!'

மன்னன் இப்படி யோசித்துக் குழம்பிக்கொண்டிருப்பதை அவனுடைய மந்திரிகள், அதிகாரிகள் பார்த்தார்கள். அவர்களுக்குக் கவலை அதிகரித்தது. ஆனால் அரசன் செய்கிற தவறை யார் எடுத்துச் சொல்வது என்கிற தயக்கம், பயம்.

கடைசியில், சனமித்திரன் எனும் மந்திரி புண்ணியராசனை நெருங்கினான், 'அரசே, நான் உங்களுக்கு ஒரு விஷயம் சொல்ல விரும்புகிறேன்!' என்றான்.

'என்னை அரசன் என்று அழைக்காதீர்கள்' என்றான் புண்ணியராசன், 'நான் இந்தத் தாற்காலிகமான சுகங்களையெல்லாம் விட்டு நிரந்தர சுகத்தை நோக்கிச் செல்ல ஆசைப்படுகிறேன்!'

'நீங்கள் அப்படிச் சொல்லக்கூடாது அரசே, இந்த நாட்டின் மன்னனாக உங்களுக்கு ஒரு பொறுப்பு இருக்கிறது!' என்றார் மந்திரி சனமித்திரன், 'உங்களுக்கே தெரியும், தாங்கள் பிறந்ததுமுதல் இந்த நாட்டு மக்கள் மகிழ்ச்சியோடு இருக்கிறார்கள், உங்களையே தங்களுடைய நிரந்தர அரசனாக மனத்தில் ஏற்றுக்கொண்டிருக்கிறார்கள்!'

'இந்த உலகில் எதுவும் நிரந்தரம் இல்லை மந்திரி. எனக்கு என் பிறப்பின் ரகசியம், வாழ்க்கைபற்றிய பெரிய உண்மைகள் புரியவேண்டும். அதற்காக, நான் இந்த நாட்டைவிட்டுச் செல்வதாக முடிவெடுத்துவிட்டேன்.'

'தயவுசெய்து உங்கள் முடிவை மறுபரிசீலனை செய்யுங்கள் அரசே. நீங்கள் அப்படிக் கிளம்பிச் செல்வதென்றால், இந்த நாட்டு மக்கள் துயரம் அடைந்து வருந்துவார்கள், அதனால் உங்களுக்கும் துன்பம்தான் மிகும்!'

'இல்லை அமைச்சரே, நீங்கள் எவ்வளவுதான் சொன்னாலும் என் மனம் ஏற்கவில்லை. நான் போகத்தான் வேண்டும்!'

'நீங்கள் இல்லாதபோது இந்த நாட்டை யார் ஆட்சி செய்வார்கள்?'

'ஒரே மாதம், நான் திரும்பி வந்துவிடுகிறேன்' என்றான் அரசன், 'அதுவரை நீங்களும் மற்ற மந்திரிகளும் இந்தத் தேசத்தைப் பத்திரமாகக் கவனித்துக்கொள்ளுங்கள்!'

இனிமேல் அரசன் மனம் மாறாது என்பதைப் புரிந்துகொண்டார் சனமித்திரர். அரைமனத்தோடு அவனுக்கு விடை கொடுத்தார்.

உடனடியாக, மன்னன் பயணம் செய்வதற்காக ஒரு சிறிய கப்பல் தயாரானது. புண்ணியராசன் எல்லா சுகங்களையும் துறந்துவிட்டு அதில் ஏறி அமர்ந்தான்.

'புறப்படலாமா அரசே?'

'சீக்கிரம்' என்றான் புண்ணியராசன், 'கப்பல் எங்கேயும் நிற்கக்கூடாது. நேராக மணிபல்லவத் தீவை நோக்கிச் செலுத்துங்கள்! வேகமாக!'

கப்பல் கிளம்பியது. மன்னன் அலைகடலை வேடிக்கை பார்க்க ஆரம்பித்தான். அவன் மனமும் அதேபோல் கொந்தளித்துக்கொண்டிருந்தது. மணிபல்லவத் தீவுக்குச் சென்று அங்குள்ள ரகசியங்களைப் புரிந்துகொள்ளும்வரை அவன் அமைதியடையப்போவதில்லை!

58. நிம்மதி!

புண்ணியராசனின் மரக்கலம் தரை தொட்டது.

பரவசத்தோடு வெள்ளை மணலில் கால் பதித்தான் அரசன், ‘இதுதான் மணிபல்லவத் தீவா?’

‘ஆமாம் அரசே!’

புண்ணியராசன் அந்தத் தீவின் இயற்கை எழிலை ஆச்சர்யத்துடன் பார்த்தான். ‘இங்கேயா என்னுடைய முன்பிறவிக் கதை ஒளிந்திருக்கிறது? எங்கே? எப்படி?’

அதற்குள், அங்கிருந்த மணிமேகலை அரசனின் மரக்கலத்தைப் பார்த்துவிட்டாள். அவனை வரவேற்பதற்காக ஓடோடி வந்தாள்.

மணிமேகலையைப் பார்த்த அரசனுக்கும் அளவில்லாத மன நிறைவு. பல நாள்களுக்குப்பிறகு மிகவும் நிம்மதியாக உணர்ந்தான்.

புண்ணியராசனைப் புத்த பீடத்தின் அருகே அழைத்துச் சென்றாள் மணிமேகலை, ‘பெருமகனே, பார்ப்பவர்கள் எல்லோருக்கும் அவர்களுடைய முன்பிறவியை உணர்த்தக்கூடிய தரும பீடம் இதுதான்!’ என்றாள்.

அந்தப் பீடத்தைச் சுற்றிவந்து வனங்கினான் புண்ணியராசன். அதே விநாடி, அவன் தன்னுடைய முன்பிறப்பைத் தெளிவாக உணர்ந்தான்.

இப்போது, புண்ணியராசன் மனத்திரையில் சிந்தாதேவித் தெய்வம் தோன்றியது, 'பசி என்று வந்தவர்களுக்கு உதவி செய்வதற்காகச் சிந்தாதேவி எனக்கு இந்த அமுதசுரபியை அளித்தாள். ஆனால் நானோ, பிறவி மாறியதும் அந்த அற்புதப் பாத்திரத்தை மறந்துவிட்டேன். இப்போது மணிமேகலை அருளால் என் முன்பிறப்பை உணர்ந்துகொண்டேன். இந்தப் பிறவியில் அமுதசுரபி என் கையில் இல்லாவிட்டாலும், என்னுடைய செல்வத்தைப் பயன்படுத்தி இல்லாதவர்களுக்கு அள்ளி அள்ளிக் கொடுத்துத் தர்மவானாக வாழ்வேன்!'

இதைக் கேட்ட மணிமேகலை மிகவும் மகிழ்ச்சியடைந்தாள். புண்ணியராசனை அழைத்துக்கொண்டு அந்தத் தீவைச் சுற்றிக் காண்பித்தாள். அவர்கள் கோமுகிக் குளக் கரையில் ஒரு மர நிழலில் அமர்ந்தார்கள்.

மறுவிநாடி, அந்தத் தீவின் காவல் தெய்வம் அவர்கள் முன்னே தோன்றியது, 'ஆபுத்திரனே, நீ மறுபடியும் இங்கே வந்ததுகுறித்து மிகவும் மகிழ்ச்சி' என்றது.

'மறுபடியுமா? நான் இப்போதுதானே முதன்முறையாக வருகிறேன்?'

'அதற்குள் மறந்துவிட்டாயா? போன பிறவியில் நீ ஆபுத்திரனாக இருந்தபோது இங்கே ஒருமுறை வந்திருக்கிறாய். இந்தத் தீவின் அழகை நீ ரசித்துக்கொண்டிருக்க, உன்னுடன் கப்பலில் வந்தவர்கள் கிளம்பிச் சென்றுவிட்டார்கள். அதன்பிறகு நீ உண்ணாவிரதம் இருந்து இறந்துவிட்டாய்!

'அதேநேரம், உன்னுடைய கப்பலில் இருந்தவர்கள் ஆபுத்திரனைக் காணவில்லையே என்று தேட ஆரம்பித்தார்கள். நீ மணிபல்லவத் தீவில் தவறிவிடப்பட்டுவிட்டாய் என்பதைப் புரிந்துகொண்டு மிகவும் அதிர்ச்சி அடைந்தார்கள்.

‘உடனடியாக, உன்னைக் காப்பாற்றி அழைத்துச்செல்வதற்காக அவர்கள் மீண்டும் மணிபல்லவத் தீவுக்கு வந்தார்கள். ஆனால் அதற்குள் நீ இறந்துபோயிருந்தாய்.

‘இதைப் பார்த்து வருந்திய அவர்கள், இதே இடத்தில் தாங்களும் உண்ணாவிரதம் இருந்து மறைந்துபோனார்கள்!’ என்றது காவல் தெய்வம், ‘அமுதசுரபியைக் கொண்டு பல உயிர்களைக் காப்பாற்றிய நீ, கடைசியில் உன்னை நீயே கொன்றுவிட்டாய், வேறு சில உயிர்களின் மரணத்துக்கும் காரணமாகிவிட்டாய்!’

இப்போது, அந்தக் காவல் தெய்வம் மணிமேகலையின்பக்கம் திரும்பியது, ‘ஆபுத்திரனின் அமுதசுரபியை இப்போது ஏந்தியிருக்கும் பெண்ணே, உனக்கும் நான் ஒரு முக்கியமான சேதி சொல்லவேண்டும்’ என்றது.

‘சொல்லுங்கள்!’

‘உன்னுடைய புகார் நகரம், கடல் அலைகளால் தாக்கப்பட்டு, தண்ணீரில் மூழ்கிப்போய் அழிந்துவிட்டது!’

59. மணிமேகலாவின் கோபம்

அவள் பெயர் பீலிவளை.

நெடுமுடிக்கிள்ளியின் காதலி. எங்கிருந்தோ வந்தவள். அவனோடு சிறிது காலம் வாழ்ந்துவிட்டுத் திடீரென்று காணாமல் போய்விட்டாள்.

அப்போது அவள் கர்ப்பவதி. சிறிது நாள் கழித்து அவளுக்கு ஓர் ஆண் குழந்தை பிறந்தது.

அவள் அந்தக் குழந்தையோடு மணிபல்லவத் தீவுக்கு வந்தாள். இங்கிருந்த புத்த பீடத்தை வலம் வந்து வணங்கினாள்.

அந்த நேரத்தில், ஒரு கப்பல் மணிபல்லவத் தீவில் தரைதட்டி நின்றது. அதிலிருந்து இறங்கியவன், கம்பளச்செட்டி.

பீலிவளை கம்பளச்செட்டியைச் சென்று சந்தித்தாள். தன்னிடமிருந்த குழந்தையை அவனிடம் ஒப்படைத்தாள்.

கம்பளச்செட்டி திகைத்துப்போனான், 'பெண்ணே, நீ யார்? இந்தக் குழந்தையை ஏன் என்னிடம் தருகிறாய்?' என்று பதறினான்.

‘இவன், உங்கள் மன்னனின் மகன், உங்களுடைய நாட்டின் இளவரசன்’ என்றாள் பீலிவளை, ‘இதற்குமேல் என்னிடம் எதுவும் கேட்காதே. உன்னுடைய அரசன் நெடுமுடிக்கிள்ளியிடம் சென்று இந்தக் குழந்தையை ஒப்படைத்துவிடு, இனிமேல் இவன் உன்னுடைய பொறுப்பு!’

கம்பளச்செட்டி மகிழ்ந்தான். இளவரசனை, வருங்கால அரசனைப் பராமரிக்கிற பெரும் பொறுப்பு தன்னிடம் ஒப்படைக்கப்பட்டிருப்பதை நினைத்துக் குதூகலித்தான். அந்தக் குழந்தையை மிகவும் கவனமாகப் பார்த்துக்கொண்டபடி கப்பலைச் செலுத்தினான்.

ஆனால், அவன் பயணம் செய்த அந்தக் கப்பல் கரை சேரவே இல்லை. நள்ளிரவுப் புயலில் சிக்கி உடைந்து சிதறிவிட்டது. அதில் பயணம் செய்தவர்களில் பெரும்பாலானோர் உயிர் இழந்தார்கள்.

தப்பித்தவறி உயிர் பிழைத்தவர்கள், அரசனிடம் ஓடினார்கள், ‘ஐயா, எங்கள் மரக்கலம் உடைந்துவிட்டது, பலர் இறந்துவிட்டார்கள்’ என்று அழுதார்கள்.

‘அடடா’, அரசன் வருத்தப்பட்டான், ‘உங்கள் துயரத்தை எண்ணி நான் மிகவும் வருந்துகிறேன். கடவுளும் காலமும் உங்களுடைய துக்கத்தைப் போக்குவார்கள், காயத்தை ஆற்றுவார்கள்!’

‘அரசே, இது எங்கள் துயரம்மட்டுமில்லை, உங்களுடைய துயரமும்கூட!’

‘என்ன சொல்கிறீர்கள்?’

‘உடைந்த கப்பலில் உங்கள் மகனும் இருந்தான்! அவனும் இந்த விபத்தில் இறந்துவிட்டான்.’

‘என்னது? என் மகனா?’

‘ஆமாம் அரசே, பீலிவளைக்குப் பிறந்த ஆண் குழந்தை கம்பளச்செட்டியிடம் ஒப்படைக்கப்பட்டது, நாங்கள் அந்தக் குழந்தையை உங்களிடம் தருவதற்காக விரைந்து வந்தோம்,

வழியில் இந்த அசம்பாவிதம் நேர்ந்துவிட்டது!'

அரசன் மனம் உடைந்தான். அதுவரை தன் காதலி பீலிவளையைத் தேடி உள்ளம் நொந்திருந்தவன், இப்போது மகனையும் இழந்துவிட்ட சோகத்தில் மூழ்கினான்.

அதன்பிறகு, அவன் நாட்டில் எந்த விஷயத்தையும் கவனிக்கவில்லை. ஆட்சி, அதிகாரம், மக்கள் நலன் என அனைத்தையும் மறந்து ஊர்ஊராகப் புலம்பித் திரிந்தான்.

மற்றதையெல்லாம் மறந்ததுகூடப் பரவாயில்லை. வழக்கமான இந்திர விழா கொண்டாடுவதையும் அரசன் மறந்துவிட்டான். அதுதான் புகார் நகரத்துக்கே பெரிய சோகமாகிவிட்டது.

புகாரில் இந்திர விழா கொண்டாடப்படாத காரணத்தால் மணிமேகலாத் தெய்வம் கோபம் அடைந்தது, 'இந்த நகரத்தைக் கடல் மூழ்கடிக்கட்டும்' என்று சாபம் கொடுத்தது.

மறுவிநாடி, அலைகள் கடலை மீறி நகரத்துக்குள் வந்தன. வீடுகள், தெருக்கள், கடைகள், மன்றங்கள், அம்பலங்கள், பூஞ்சோலைகள் அனைத்தும் மூழ்கிப்போயின. புகார் நகரம் முற்றிலுமாக அழிந்துபோனது.

மணிபல்லவத் தீவின் காவல் தெய்வம் இந்தக் கதையைச் சொல்லி முடித்தவுடன் மணிமேகலை பதற்றத்துடன் கேட்டாள், 'நகரம் அழிந்தது என்றால், அதில் இருந்த மக்கள்? அரசன்? என்னுடைய தாய் மாதவி? அவள் தோழி சுதமதி? அறவணடிகள்?'

'கவலைப்படாதே மணிமேகலை, அவர்கள் எல்லோரும் உயிர் பிழைத்துவிட்டார்கள். உன்னுடைய தாய் மாதவியும் சுதமதியும் அறவணடிகளோடு வஞ்சி நகரத்துக்குச் சென்றுவிட்டார்கள்.'

மணிமேகலை நிம்மதியடைந்தாள். காவல் தெய்வத்துக்கு நன்றி தெரிவித்தாள்.

அத்துடன் அந்தக் காவல் தெய்வம் மேலே எழுந்து பறந்தது. மணிமேகலையும் புண்ணியராசனும் எழுந்து நடக்க ஆரம்பித்தார்கள்.

60. உலகம் முழுக்க உன் பெயர்

புண்ணியராசன் அந்த மணற்குவியலை நெருங்கினான்.

'சென்ற பிறவியில் நான் இங்கேதான் அமர்ந்திருந்தேன். அமுதசுரபியைக் குளத்துக்குக் கொடுத்துவிட்டுச் சாப்பிடாமல் உண்ணாவிரதம் கிடந்தேன். அப்படியே உயிர் துறந்தேன். என்னைத் தேடி வந்தவர்களும் அதே கதிக்கு ஆளானார்கள்.'

'ஆனால் இப்போது, அவை எதுவும் என் நினைவில் இல்லை. நான் மீண்டும் புதிதாகப் பிறந்த காரணத்தால் எல்லாம் மறந்துவிட்டேன், என்ன விநோதம் இது!'

ஏதோ சிந்தனையில் அந்த மணற்குவியலைத் தோண்ட ஆரம்பித்தான் புண்ணியராசன். அதிலிருந்து வரிசையாகப் பல எலும்புகள் கிடைத்தன.

'இந்த எலும்புக்கூடு என்னுடையது! இப்போது நானே அதைக் கையில் தொட்டுக்கொண்டு நிற்கிறேன்' என்று நினைக்கும்போது புண்ணியராசனுக்குத் தலை சுற்றியது. மயக்கம் வந்தது.

மணிமேகலை அவனுக்கு ஆறுதல் சொன்னாள், 'ஆபுத்திரனே, உன்னை இப்படித் துன்புறுத்தவேண்டும் என்பது என்னுடைய

நோக்கம் இல்லை. நீ உன்னுடைய முன்பிறவி, மறுபிறப்பை உணர்ந்துகொண்டால் இன்னும் சிறப்பாக ஆட்சி செய்வாய், நல்ல அறங்களைச் செய்து பெயர் வாங்குவாய். அதற்காகத்தான் நான் உன்னை இந்தத் தீவுக்கு வரவழைத்தேன்!'

'ஒரு நாட்டின் மன்னன் நல்ல அறநெறியின்படி வாழ்ந்தால், அங்கே எந்தக் குறைகளும் இருக்காது. நீ உன் குடையின்கீழ் இருக்கும் எல்லா உயிர்களுக்கும் உண்ண உணவு, அணிய உடை, தங்குவதற்கு இடம் போன்றவற்றை அளித்து வா, உன் மக்கள் உன்னைப் போற்றி வாழ்த்துவார்கள். உலகம்முழுக்க உன் பெயர் பரவும்!'

புண்ணியராசன் மணிமேகலையின் கருத்துகளை ஏற்றுக்கொண்டு அவளுக்கு நன்றி சொன்னான், 'நான் புறப்படும் நேரம் வந்துவிட்டது. ஆனால், உன்னைப் பிரிந்து செல்கிறேன் என்று நினைக்கும்போது என் மனம் மிகவும் வருந்துகிறது' என்றான்.

'கவலைப்படாதே மன்னா. உன்னுடைய நாட்டு மக்கள் உன்னைப் பிரிந்து துயரத்தில் இருப்பார்கள். அவர்களை மகிழ்ச்சிப்படுத்துவதற்காகவேனும் நீ சாவகத் தீவுக்குத் திரும்பிச் செல்லவேண்டும்.'

'அப்படியானால் நீ?'

'நான் வஞ்சி நகரத்துக்குச் செல்கிறேன்' என்றாள் மணிமேகலை, 'அங்கே என் தாய், தந்தை எனக்காகக் காத்திருக்கிறார்கள். அவர்களைத் தரிசிக்கிற பாக்கியத்தை எண்ணி நானும் காத்திருக்கிறேன்!'

61. கண்ணகியின் முன்கதை

வஞ்சி மாநகரம். கண்ணகி, கோவலன் கோயில்.

தன்னுடைய பெற்றோரின் உருவங்களை தெய்வமாக எழுதிவைத்திருந்த அந்த ஆலயத்தின்முன் கண்ணீர் மல்க நின்றாள் மணிமேகலை. கற்பின் கடவுளாகிய கண்ணகி சிலையைத் தொழுது வணங்கினாள்.

'அம்மா, அன்பான குடும்ப வாழ்க்கை, தவ வாழ்க்கை போன்றவற்றிற்கு முக்கியத்துவம் தராமல், கற்பு ஒன்றுதான் கடமை என்று உங்கள் பிறவியை அதற்கே அர்ப்பணித்துவிட்டீர்களே, அது ஏன்?'

இப்போது, கண்ணகி மணிமேகலையின்முன் தோன்றினாள். அவள் கேட்ட கேள்விக்கு விரிவாகப் பதில் சொல்ல ஆரம்பித்தாள்.

'மணிமேகலை, என் கணவன் கோவலனுக்கு இழைக்கப்பட்ட கொடுமையை என்னால் தடுக்கமுடியவில்லை. அதனால் மதுரையை நெருப்பில் எரியச்செய்தேன்.'

'அப்போது, மதுராபதி என்ற தெய்வம் என்முன்னே தோன்றியது. என்னுடைய பழைய பிறவியை விளக்கிச் சொன்னது. நான்

அப்போது சந்தித்த துன்பம் அனைத்தும், முன்பிறவியில் செய்த வினைதான் என்று விவரித்தது' என்ற கண்ணகி, அந்தக் கதையை மணிமேகலைக்குச் சொல்ல ஆரம்பித்தாள்.

பல ஆண்டுகளுக்குமுன்னால், கலிங்கம் என்கிற பிரதேசத்தை வசு, குமரன் என்கிற இரண்டு அரசர்கள் ஆட்சி செய்துகொண்டிருந்தார்கள். அவர்களுடைய தலைநகரங்கள் சிங்கபுரம் மற்றும் கபிலபுரம்.

இந்த வசுவுக்கும் குமரனுக்கும் இடையே பலநாள் பகை. அதனால், அவர்களுடைய படைகளும் போர்முனையில் தொடர்ந்து மோதிக்கொண்டிருந்தன.

இரண்டு நாடுகள் மோதிக்கொண்டால், அவற்றின் எல்லைகளுக்கு நடுவில் உள்ள பகுதியில் யாரும் வசிக்கமாட்டார்கள். அங்கே ஜன நடமாட்டம்கூட இருக்காது. மீறி யாராவது நுழைந்தால், ஏதாவது ஒரு ராணுவம் அவர்களை எதிரிகளாகக் கருதிக் கொன்றுவிடும்.

ஆகவே, பல வருடங்களாக வசுவின் நாட்டிலிருந்து யாரும் குமரன் நாட்டுக்குச் செல்வதில்லை. குமரன் நாட்டிலிருந்து யாரும் வசுவின் நாட்டுக்குச் செல்வதில்லை. இரு தேசங்களுக்கும் நடுவே போக்குவரத்து கிடையாது, வணிகப் பரிமாற்றங்கள் கிடையாது, எந்த உறவும் கிடையாது.

இந்தச் சூழ்நிலையில், கபிலபுரத்தில் வாழ்ந்துகொண்டிருந்த ஒரு வியாபாரி, சங்கமன். அவனுக்குப் பணத்தின்மீது அளவில்லாத ஆசை. ஆகவே, சிங்கபுரம் தன்னுடைய பகை நாடு என்று தெரிந்தும்கூட, அங்கே சென்று வியாபாரம் செய்யவேண்டும், நிறையச் சம்பாதிக்கவேண்டும் என்று விரும்பினான்.

அவனுடைய மனைவி ஓர் அப்பாவி. கணவன் சொன்னவுடன் சரி என்று சம்மதித்தாள். அவனோடு கிளம்பிவிட்டாள். எப்படியோ இருநாட்டுப் படைகளையும் ஏமாற்றிவிட்டு அவர்கள் சிங்கபுரம் வந்து சேர்ந்தார்கள்.

சிங்கபுரத்து வீதிகளில் சங்கமனும் அவன் மனைவியும் பல அருமையான அணிகலன்களை விற்பனைக்கு வைத்தார்கள். மக்களைக் கூவி அழைத்தார்கள்.

இதைப் பார்த்த சிலருக்குச் சந்தேகம், 'யார் இந்த வியாபாரி? புதிதாக இருக்கிறானே!' என்று தங்களுக்குள் பேசிக்கொண்டார்கள், 'ஒருவேளை வெளிநாட்டுக்காரனாக இருப்பானோ?'

'ஆமாம். இவனைப் பார்த்தால் கபிலபுரத்தைச் சேர்ந்தவன்போலத் தெரிகிறான்!'

'அப்படியானால், இவன் நிச்சயமாக ஒற்றன்தான்.'

அவசரமாக முடிவு செய்த அவர்கள் மன்னனின் அரண்மனைக்கு ஓடினார்கள். அங்கிருந்த காவலர்களிடம் விஷயத்தைச் சொன்னார்கள்.

இதைக் கேட்ட பரதன் என்ற காவல்காரன் பரபரப்பாகக் கடைத்தெருவுக்கு ஓடிவந்தான். சங்கமனைக் கைது செய்தான்.

சங்கமனும் அவன் மனைவியும் அலறித் துடித்தார்கள், 'ஐயா, நாங்கள் ஒரு தவறும் செய்யவில்லையே, என்னை ஏன் பிடிக்கிறீர்கள்?'

பரதன் பதில் சொல்லவில்லை. சங்கமனைத் தரதரவென்று இழுத்துச் சென்று தன்னுடைய மன்னன்முன்னால் நிறுத்தினான், 'அரசே, இவன் எதிரி நாட்டு ஒற்றன்' என்றான்.

அந்த அரசனும் யோசிக்கவில்லை, விசாரிக்கவில்லை. பரதன் சொன்னதை நம்பி சங்கமனுக்கு மரண தண்டனை விதித்துவிட்டான்.

சங்கமன் கொலை செய்யப்பட்டவுடன், அவன் மனைவி கண்ணீர் விட்டுக் கதறினாள். துக்கம் தாளாமல் மலை உச்சியிலிருந்து கீழே விழுந்து உயிரை விட முடிவுசெய்தாள்.

அப்போது, அவள் விட்ட சாபம், அந்தப் பரதனை அடுத்த பிறவியில் தாக்கியது. அவன்தான், கோவலன்!

அன்றைக்குச் சங்கமன்மீது ஒழுங்கான விசாரணை நடத்தாமல் அவனைக் கொலை செய்ய உடந்தையாக இருந்த பரதன், அடுத்த பிறவியில் கோவலனாகப் பிறந்தான். அவனே திருட்டுக் குற்றம் சுமத்தப்பட்டுக் கொலையானான்.

'கண்ணகி, உன் கணவன் இறந்தது வேறு யாருடைய பிழையும் இல்லை, பழைய வினை. அதை யாராலும் தடுக்கமுடியாது' என்றது மதுராபதித் தெய்வம், 'நீ அநாவசியமாக இந்த மன்னன்மீதும், மக்கள்மீதும் கோபப்பட்டுப் பயன் இல்லை!'

மதுராபதித் தெய்வம் எவ்வளவுதான் பொறுமையாக விளக்கம் சொல்லியும் கண்ணகியின் மனம் மாறவில்லை. கோவலனைத் தண்டித்த மதுரையை எரித்தே தீருவேன் என்று பிடிவாதமாக இருந்துவிட்டாள்.

இந்தக் கதை முழுவதையும் இப்போது மணிமேகலைக்கு விவரித்துச் சொன்னாள் கண்ணகி, 'பெண்ணே, நான் மதுரையை எரித்தது தவறுதான். என்றாலும், முன்பு நாங்கள் செய்த புண்ணியங்கள் எங்களைக் காப்பாற்றியது. இப்போது நாங்கள் சொர்க்கலோகத்தில் நலமாக இருக்கிறோம்!

'அதேசமயம், நாங்கள் பல பாவங்களையும் செய்திருக்கிறோம். அவை எங்களைச் சும்மா விடாது, இன்னும் பல பிறவிகள் எடுத்துத் துன்பப்படவேண்டும். இதுதான் எல்லோருக்கும் நிரந்தரமான உண்மை!

'இப்படிப் பல பிறப்புகள் முடிந்தபிறகு, புத்தர் என்னும் ஒரு மகான் தோன்றுவார். நாங்கள் அவருடைய அறவுரைகளைக் கேட்டு நல்ல வழியில் நடந்து பிறவித் துன்பத்தைத் தீர்த்துக்கொள்வோம்.'

'மணிமேகலை, நீ இப்போது இந்த வஞ்சி நகரத்துக்குள் செல்லப்போகிறாய், அங்கே பல மதங்களைச் சேர்ந்தவர்கள்

இருப்பார்கள். அவர்கள் சொல்லும் கருத்துகளை நீ கேட்டு அறிந்துகொள். அதன்பிறகு, அவை எல்லாம் பொய்யானவை என்பது உனக்கே புரிந்துவிடும். புத்தரின் நெறி ஒன்றுதான் உண்மை, அதுமட்டும்தான் உயர்வு என்று புரிந்துகொள்வாய்' என்று ஆசிர்வதித்தாள் கண்ணகி.

'ஆனால், நீ இதே உருவத்தில் வஞ்சி நகரத்துக்குச் சென்றால், உன்னிடம் யாரும் சரியாகப் பேசக்கூடமாட்டார்கள். ஒரு பெண்ணுக்கு என்ன பெரிய சமய உண்மைகளைச் சொல்வது என்று அலட்சியமாக நினைத்துவிடுவார்கள்.

'ஆகவே, நீ ஓர் ஆண் வடிவத்தை எடுத்துக்கொள். அப்போதுதான் பல மதங்களைச் சேர்ந்தவர்களும் தயங்காமல் தங்களுடைய கொள்கைகளை உன்னிடம் விவரித்துச் சொல்வார்கள், நீயும் அவர்களிடம் உன் சந்தேகங்களைக் கேட்டுத் தெளிவு பெறமுடியும்.'

கண்ணகி இப்படிச் சொன்னவுடன், மணிமேகலை உருவம் மாறும் மந்திரத்தை உச்சரித்தாள். ஒரு முனிவராக வடிவம் எடுத்துக்கொண்டு வஞ்சி நகரினுள் நுழைந்தாள்.

62. சமயங்கள், வாதங்கள்

ஆண் வேடத்தில் வஞ்சி மாநகரத்தினுள் நுழைந்த மணிமேகலை, புறநகர்ப் பகுதியில் சமயவாதிகள் தங்கியிருந்த ஓர் இடத்தை அடைந்தாள். அங்கே இருந்த வெவ்வேறு மதங்களைச் சேர்ந்த முனிவர்கள், தவப் பெரியோர்களிடம் பேச ஆரம்பித்தாள்.

முதலில், ஓர் அளவைவாதி அவளோடு பேசினார். தன்னுடைய சமயத்தின் தர்மத்தை, கொள்கைகளை மணிமேகலைக்கு விளக்கிச் சொன்னார்.

அடுத்து, ஈசனை வணங்கும் ஒரு சைவவாதி வந்தார். அவர் தனது மதத்தின் தெய்வங்களை, தன்மைகளை விளக்கினார்.

மூன்றாவதாக வந்தவர் திருமாலை வழிபடுகிற வைணவர். அவர் 'எம்பெருமான் நாராயணன்தான் இந்த உலகத்தைக் காக்கும் கடவுள்' என்றார்.

அடுத்து, வேதவாதி ஒருவர் முதலும் முடிவும் இல்லாத வேதங்களின் சிறப்பைச் சொன்னார். ஆசீவக நெறி கற்ற ஒருவர் தன்னுடைய கடவுளின் தன்மையை விவரித்தார்.

இப்போது ஒரு நிகண்டவாதி வந்தார். அவர் தன்னுடைய இறைவனாகிய அருகப்பெருமானைப் போற்றிப் பேசினார்.

அடுத்து வந்தவர் சாங்கிய மதத்தைச் சேர்ந்தவர். அவருக்குப்பிறகு வந்தவர் வைசேடிகவாதி. இவர்களும் தங்களுடைய கொள்கைகளை விளக்கமாக மணிமேகலைக்குச் சொன்னார்கள்.

கடைசியாகத் தென்பட்டவர் ஒரு பூதவாதி. அவர் 'எல்லா வினைகளும் இந்தப் பிறவியிலேயே கழிந்துவிடும். மறுபிறப்பு என்று ஒரு விஷயம் கிடையவே கிடையாது!' என்று அடித்துப் பேசினார்.

மணிமேகலை தனக்குள் சிரித்துக்கொண்டாள். தன்னுடைய மறுபிறவியைப்பற்றி அவள் ஏற்கெனவே உணர்ந்திருந்த காரணத்தால், இந்தப் பூதவாதி சொல்வது உண்மை அல்ல என்பது அவளுக்கு நன்றாகத் தெரிந்திருந்தது.

பூதவாதிமட்டுமில்லை. இதுவரை வஞ்சி நகரத்தில் அவளோடு பேசியவர்கள் யாரும் உண்மையான நெறிகளைச் சொல்லவில்லை என்பது மணிமேகலைக்குப் புரிந்தது. ஆனாலும், அவள் யாரையும் மறுத்துப் பேசவில்லை.

இப்போது பூதவாதி மீண்டும் பேச ஆரம்பித்தார், 'ஏன் ஐயா சிரிக்கிறாய்? என்னுடைய கொள்கை உனக்குப் பிடிக்கவில்லையா? அல்லது, அதில் சம்மதம் இல்லையா?'

மணிமேகலை இதற்கு நேரடியாகப் பதில் சொல்லாமல், அவருக்குத் தன்னுடைய கதையைச் சொன்னாள், 'நான் மணிபல்லவத் தீவுக்குச் சென்றேன், அங்கே இருந்த ஒரு புத்த பீடம் எனக்குப் பழைய பிறவியை விவரித்துச் சொன்னது!'

'பீடமாவது, பிறவியாவது, எல்லாம் மாயை' என்றார் அவர், 'யாரோ ஒரு தெய்வம் உன்னைத் தூக்கிச் சென்றதாகச் சொன்னாய் அல்லவா? அதனால் உனக்கு மயக்கம் ஏற்பட்டுவிட்டது. ஏதோ கனவு கண்டிருக்கிறாய், அதனால்தான் இப்படி முன்பிறவி, அது, இது என்று உளறுகிறாய்.'

'ஐயா, அப்படிப் பார்த்தால் இந்த உலகத்தில் எல்லாமே கனவுதான், மயக்கம்தான்' என்று சிரித்தாள் மணிமேகலை,

'நம்முடைய அம்மா, அப்பா இவர் என்று சொல்கிறோம். அதை எப்படி ஆராய்ந்து பார்த்து உறுதி செய்யமுடியும்?

'இந்த உலகத்தில் உண்மையான பொருள்கள் பலவும் ஆராய்ந்து பார்த்து விளக்கம் சொல்லமுடியாதபடி இருக்கின்றன. அதற்காக அவை பொய்யானவை என்று சொல்லிவிடமுடியாது. அல்லவா?'

பூதவாதிக்கு விளக்கம் சொல்லிவிட்டு மேலும் தீவிரமாகச் சிந்தித்தபடி நடந்தாள் மணிமேகலை. பல சமயங்களின் கொள்கைகளைக் கேட்டுப் புரிந்துகொண்டிருந்தாலும், அவற்றையெல்லாம்விட புத்த சமயம்தான் உயர்வானது, வாழ்க்கைபற்றிய பேருண்மைகளை விளக்கக்கூடியது என்று அவளுக்குப் புரிந்துவிட்டது.

இப்போது, மணிமேகலை வஞ்சி மாநகரினுள் நுழைந்தாள். அங்கிருந்த அகழியைக் கடந்து, மதில் சுவரைத் தாண்டி, கோட்டை வாயிலினுள் புகுந்தாள். மக்களின் நடமாட்டம் அதிகம் உள்ள வீதிகளில் மெல்ல நடந்தாள். சிறு மலைக் குன்றுகள், தோட்டங்கள், குளங்கள், தர்ம சத்திரங்கள், அம்பலங்கள் என்று பலவற்றைக் கடந்து சென்று முனிவர்கள் தங்கும் இடத்தை அடைந்தாள்.

63. மாசாத்துவன்

வஞ்சி நகரம், அழகான ஒரு கொடியின் பெயரைக் கொண்டது.

அங்கே பலதரப்பட்ட மக்களும் வாழ்ந்துவந்தார்கள். முக்கியமாக, துறவறத்தை வாழ்க்கை நெறியாக ஏற்றுக்கொண்டு நல்ல வழியில் வாழும் தவ முனிவர்கள். அவர்களில் ஒருவர், மாசாத்துவன்.

இந்த மாசாத்துவன், கோவலனின் தந்தை. மணிமேகலையின் தாத்தா.

வஞ்சி நகரத்தினுள் நுழைந்த மணிமேகலை தன் பாட்டனாரைச் சந்தித்து வணங்கினாள். தன்னுடைய கதையை விரிவாகச் சொன்னாள், 'இப்போது அறவணடிகளை, என் தாய் மாதவியைச் சந்திக்க நான் இங்கே வந்துள்ளேன்!' என்று முடித்தாள்.

இதைக் கேட்ட மாசாத்துவன் மிகவும் மகிழ்ந்தார். அவளுக்கு ஆசி வழங்கினார்.

'தாத்தா, நீங்கள் காவேரிப் பூம்பட்டினத்தில் அல்லவா இருந்தீர்கள்? பிறகு எப்படி இங்கே வந்தீர்கள்?'

'சொல்கிறேன் மணிமேகலை' என்றார் மாசாத்துவன், 'பெண்ணே, உன் தந்தை கோவலனும் கண்ணகியும் முன்பிறவியில் செய்த வினைகளால் துன்பப்பட்டு இறந்துபோனார்கள். இதைக்

கேள்விப்பட்டு வருந்திய நான் புத்தரின் பெருமையைச் சொல்லும் சீடனாக மாறிவிட்டேன்' என்றார்.

'மணிமேகலை, இந்த உலகத்தில் பணம், புகழ், குடும்ப வாழ்க்கை, உடம்பு, சவுகர்யங்கள் என எல்லாமே நிலையற்றவை என்று புரிந்துகொண்டேன். துறவறத்தை ஏற்றுக்கொண்டு தவம் புரியத் தீர்மானித்துவிட்டேன்.'

'அதன்பிறகு, எனக்குப் பூமி மொத்தமும் என்னுடைய வீடாகத் தோன்ற ஆரம்பித்துவிட்டது. எங்கெல்லாம் சென்று இறைவனின் மகிமைகளைச் சிந்திக்கலாம், நல்லவற்றைத் தரிசிக்கலாம் என்று யோசிக்கத் தொடங்கிவிட்டேன். அப்போதுதான் எனக்கு வஞ்சி நகரத்தின் நினைவு வந்தது' என்றார் மாசாத்துவன். அவருடைய மனத்தில் அதற்கான காரணம் காட்சியாக விரியத் தொடங்கியது.

பல தலைமுறைகளுக்குமுன்னால் வாழ்ந்த ஒரு சேர அரசன், குடக்கோச சேரலாதன். தன்னுடைய சொந்த நாட்டில்மட்டுமில்லை, சுற்றியுள்ள பல பிரதேசங்களிலும் அவனுடைய கொடி உயரப் பறந்துகொண்டிருந்தது.

அந்த அரசன், ஒருமுறை இங்கே வந்திருந்தான். இந்தச் சோலையில் மகிழ்வாகத் தங்கியிருந்தான்.

அப்போது, அவனுக்கு அருள் புரிவதற்காகச் சில முனிவர்கள், பெரியோர்கள் விண்ணில் இருந்து இறங்கி வந்தார்கள். மன்னன் இருந்த அதே சோலையில் அமர்ந்தார்கள்.

இதைப் பார்த்த அரசன் ஓடோடி வந்தான். அந்தப் பெரியோர்களை வணங்கிப் போற்றினான். அவர்களுடைய பாதங்களைக் கழுவி, நல்ல உணவு அளித்து வழிபட்டான், 'எங்களுக்கு நல்ல அறங்களை, வாழ்வியல் உண்மைகளைச் சொல்லிக்கொடுங்கள்' என்று வேண்டிக் கேட்டுக்கொண்டான்.

இதனால் மகிழ்ச்சியடைந்த சாரணர்கள் அரசனுக்கும் அவனைச் சுற்றியிருந்தவர்களுக்கும் ஆசி வழங்கினார்கள். சிறந்த அறவுரைகளைச் சொல்லி அருளினார்கள்.

அப்போது, அரசன் குடக்கோச சேரலாதனின் நண்பனாக இருந்தவன் பெயர் கோவலன், இவன் மணிமேகலை, அவள் தந்தை கோவலன், அவன் தந்தை மாசாத்துவன் குடும்பத்தில் ஒன்பது தலைமுறை முன்பாகப் பிறந்தவன். பெரிய பணக்காரன்.

இந்தக் கோவலன், அரசனோடு சேர்ந்து முனிவர்களின் அறவுரைகளைக் கேட்டான். அவன் மனம் பணத்தின்மீது கொண்ட பற்றை விலக்கியது. எல்லோருக்கும் நல்லது செய்யவேண்டும், தர்மம் புரியவேண்டும் என்கிற ஆசைகளை வளர்த்துக்கொண்டான்.

உடனடியாக, அவன் தன்னுடைய செல்வம் மொத்தத்தையும் இல்லாதவர்களுக்கு வாரி வழங்கிவிட்டான். ஏழே நாளில் சுக வாழ்க்கையிலிருந்து தவ வாழ்க்கைக்கு மாறிவிட்டான்.

'என்னுடைய, உன்னுடைய முன்னோர் ஆகிய அந்தக் கோவலன் கட்டிய பிரம்மாண்டமான புத்தர் கோயில் இந்த வஞ்சி நகரத்தில் உள்ளது' என்றார் மாசாத்துவன், 'அதைப் பார்த்து மகிழ்வதற்காகத்தான் நான் வஞ்சிக்குப் புறப்பட்டு வந்தேன்!'

'அதன்பிறகு, உங்கள் புகார் நகரத்துக்குத் திரும்பிச் செல்லவில்லையா?'

'இல்லை மணிமேகலை. அதற்கும் ஒரு காரணம் உண்டு. இங்கே வஞ்சி நகரத்தில் இருந்த தவ முனிவர்கள் என்னுடைய ஊராகிய பூம்புகார் கடலால் சூழப்படும் என்று சொன்னார்கள். அதனால்தான் நான் திரும்பிப் போகாமல் இங்கேயே தங்கிவிட்டேன்.

'தவிர, தவம் பூண்டவர்களுக்கு ஊர் முக்கியமில்லை. நல்ல சிந்தனைகள், குறைவில்லாத அறம்தான் முக்கியம்!'

மணிமேகலை மாசாத்துவனுக்கு நன்றிகள் பல சொன்னாள். தன்னுடைய தாய் மற்றும் அறவணடிகளைப்பற்றி விசாரித்தாள்.

'அவர்கள் இப்போது இங்கே இல்லை' என்றார் மாசாத்துவன், 'அறவணடிகள், மாதவி, சுதமதி மூவரும் காஞ்சி நகரத்துக்குப் புறப்பட்டுச் சென்றுவிட்டார்களே!'

64. உயிர் கொடுத்தாள்!

காஞ்சி மாநகரம் வறுமையின் பிடியில் சிக்கித் திணறிக் கொண்டிருந்தது.

அந்நாட்டின் அரசன் மிகுந்த வேதனையில் இருந்தான். இந்தச் சோகமும் சோதனையும் எதற்காக என்று அவனுக்குப் புரியவே இல்லை.

'நான் என்ன தவறு செய்தேன்? என் மக்கள் என்ன பாவம் செய்துவிட்டார்கள்? எங்களுக்கு ஏன் இந்தத் தண்டனை?'

'ஒருவேளை நான் முறைப்படி ஆட்சி செலுத்தாமல் நீதி தவறிவிட்டேனோ? இங்குள்ள தவ முனிவர்கள் ஒழுக்கம் மீறிவிட்டார்களோ? பெண்கள் கற்பு கெட்டார்களோ? எதற்காக இந்த வறுமை எங்களை வாட்டி வதைக்கிறது?'

அரசன் இப்படிக் குழப்பத்தில் இருந்தபோது, அவன் முன்னால் ஒரு தெய்வம் தோன்றியது, 'மன்னா, வருந்தாதே' என்று ஆறுதல் சொன்னது.

'தாயே, நான் எப்படி வருந்தாமல் இருக்கமுடியும்? என் மக்கள் பட்டினி கிடக்கிறார்கள், பசியால் தினம் தினம் உயிர்கள் பலியாகிக்கொண்டிருக்கின்றன!'

‘அதை நான் அறிவேன். கவலைப்படவேண்டாம். உங்களை இந்தத் துயரத்திலிருந்து விடுவிப்பதற்காகவே ஒரு பெண் வருவாள். அவள் கையில் ஓர் உயர்ந்த பாத்திரம் இருக்கும். அதிலிருந்து உணவை அள்ளி அள்ளித் தருவாள். உன் மக்கள் பசி நீங்கி மகிழ்ச்சி அடைவார்கள். உன்னுடைய நாட்டில் மழை பெய்யும். வளம் திரும்பும்.’

மன்னன் இதைக் கேட்டு மிகவும் மகிழ்ச்சி அடைந்தான், ‘நன்றி தாயே’ என்றான்.

‘அந்தப் பெண்ணின் கையில் இருக்கும் அமுதசுரபிப் பாத்திரம், மணிபல்லவம் என்ற தீவில் உள்ள கோமுகி என்ற குளத்திலிருந்து வந்தது. அதைப் போற்றும் வகையில், உன்னுடைய காஞ்சி நகரத்தில் ஒரு சிறந்த பூந்தோட்டமும் குளமும் அமைத்து வை’ என்று ஆணையிட்டது தெய்வம்.

அரசனும் உடனடியாக அதைச் செய்து முடித்தான். தன் மக்களின் பசியைத் தீர்க்கப்போகிற அந்தப் பெண்ணுக்காகக் காத்திருக்க ஆரம்பித்தான்.

அதேநேரம், அங்கே வஞ்சி நகரத்தில் மாசாத்துவன் தன் பேத்தி மணிமேகலைக்கு விடைகொடுத்து அனுப்பிவைத்தார், ‘காஞ்சி நகரத்தில் பசியால் வாடும் வறியவர்கள் பலர் உண்டு. நீ அங்கே சென்று அவர்களுக்கு உயிர் கொடுத்து அருளவேண்டும்!’

‘உத்தரவு தாத்தா’ என்று அவரை வணங்கிவிட்டுக் கிளம்பினாள் மணிமேகலை. வானில் எழுந்து காஞ்சியை நோக்கிப் பறந்தாள்.

சிறிதுநேரம் கழித்து, அவள் காஞ்சி எல்லையை நெருங்கிவிட்டாள். கொடும் வறுமையால் ஒட்டுமொத்த நகரமும் துவண்டுபோய்க் கிடப்பதை வருத்தத்துடன் பார்த்தாள்.

காஞ்சி நகரை ஒருமுறை வலம் வந்த மணிமேகலை, கீழே இறங்கினாள். நகரத்தின் மையத்தில் நின்றாள்.

இதைப் பார்த்த யாரோ அரசனிடம் ஓடினார்கள், ‘மன்னா,

நீங்கள் சொன்னதுபோலவே ஒரு பெண் வந்திருக்கிறாள். அவள் கையில் அமுதசுரபிப் பாத்திரமும் உள்ளது' என்று அறிவித்தார்கள்.

அரசன் மகிழ்ச்சியோடு விரைந்து வந்தான். மணிமேகலையை வணங்கினான். நடந்த கதையைச் சொன்னான்.

'அந்தத் தெய்வம் சொன்னபடி, நான் மணிபல்லவத் தீவைப் போலவே ஒரு பூந்தோட்டத்தையும், கோமுகியைப்போலவே ஒரு குளத்தையும் அமைத்திருக்கிறேன்' என்றான் அரசன். மணிமேகலையை அங்கே அழைத்துச்சென்று காண்பித்தான்.

மணிமேகலைக்கு மகிழ்ச்சி தாங்கவில்லை. மீண்டும் மணிபல்லவத்துக்கே சென்றுவிட்டதுபோல் உணர்ந்தாள். அந்தப் பூஞ்சோலையை, குளத்தை, அங்கிருந்த புத்த பீடத்தையெல்லாம் சுற்றிவந்து வணங்கினாள்.

அதன்பிறகு, அவள் மீண்டும் காஞ்சி நகர வீதிகளுக்கு வந்தாள், 'எல்லோரும் வருக' என்று அழைத்து உணவு கொடுக்க ஆரம்பித்தாள்.

அடுத்த நிமிடம், அவளுக்குமுன்னே ஒரு நீண்ட வரிசை அமைந்தது. பல நாள்களாக, வாரங்களாக, மாதங்களாகப் பசியில் மூழ்கிய பலவிதமான மக்கள் அங்கே நின்றார்கள். பதினெட்டு வகை மொழிகளைப் பேசுகிறவர்கள், உடல் ஊனமுற்றோர், நோயால் அவதிப்படுகிறவர்கள், மிருகங்கள் என்று எல்லோருக்கும் அமுதசுரபியிலிருந்து உணவை அள்ளி அள்ளித் தந்தாள் மணிமேகலை.

சிறிது நேரத்துக்குள், ஒட்டுமொத்த நகரத்துக்கும் உயிர் திரும்பியது. மக்கள் மணிமேகலையின் தர்ம குணத்தை வாழ்த்திப் போற்றியபடி வீடு திரும்பினார்கள்.

இந்தத் தகவல், அறவண அடிகள், மாதவி, சுதமதியை எட்டியது. அவர்கள் மணிமேகலையைப் பார்ப்பதற்காக உடனே புறப்பட்டு வந்தார்கள்.

65. பெரிய உண்மைகள்

மாதவி, சுதமதி, அறவண அடிகளைப் பார்த்தவுடன் மணிமேகலை ஓடி வந்து வணங்கினாள்.

பல நாள்களுக்குப்பிறகு அவர்களைப் பார்க்கிற மகிழ்ச்சி அவள் முகத்தில் தெரிந்தது. அதைவிட முக்கியமாக, பூம்புகார் நகரத்தைக் கடல் சூழ்ந்ததுபற்றிக் கேள்விப்பட்டிருந்ததால், அந்த இயற்கை விபத்தில் இவர்களுக்கு எதுவும் ஆகிவிடவில்லை என்பதைக் கண்கூடாகப் பார்த்து உறுதி செய்துகொண்டுவிட்ட மலர்ச்சியும்.

மணிமேகலை அறவண அடிகளின் கால்களைக் கழுவினாள். மரியாதையான ஆசனம் ஒன்றில் அமரவைத்தாள்.

பிறகு, எல்லோருக்கும் அறுசுவை உணவுகள் பரிமாறப்பட்டன. சாப்பிட்டு முடித்தபிறகு, வெற்றிலை, பாக்கு, தாம்பூலமும் வந்தது.

இப்போது, மணிமேகலை அறவண அடிகளை மீண்டும் வணங்கினாள், 'எனக்கு தர்ம உபதேசம் அளியுங்கள்' என்று பணிவோடு கேட்டுக்கொண்டாள்.

'தங்கள் கட்டளைப்படி நான் வஞ்சி நகரத்துக்குச் சென்றேன். ஆண் வேடம் பூண்டு பல மதங்களைச் சேர்ந்த

முனிவர்களைச் சந்தித்தேன். அவர்கள் தங்களுடைய சமயக் கொள்கைகளையெல்லாம் விளக்கினார்கள்.'

'ஆனால், என்னுடைய ஆண் வேடம் பொய்யாக இருந்ததுபோலவே, அவர்கள் கொடுத்த விளக்கங்களும் தவறானவை, போலியானவை என்பது எனக்குப் புரிந்தது. இவற்றையெல்லாம் மீறிய ஓர் உண்மைப் பொருள் இருக்கவேண்டும் என்பதை உணர்கிறேன்!'

'அடிகளே, நீங்கள்தான் அந்தப் பெரிய உண்மைகளை எனக்கு எடுத்துச் சொல்லவேண்டும். சரியான வாழ்க்கை நெறி எது என்பதை விளக்கி அருளவேண்டும்.'

இப்படிச் சொல்லி மணிமேகலை வணங்கியவுடன் அறவண அடிகள் முகத்தில் சிறிய புன்முறுவல். அவள் கேட்ட விஷயங்களை விரிவாகப் பேச ஆரம்பித்தார்.

'மணிமேகலை, புத்தர் சொல்லிக்கொடுத்த அடிப்படை விஷயங்கள் இரண்டுதான். அவை, காட்சி, மற்றும் கருத்து.'

'காட்சி என்பது, ஒரு விஷயத்தைப் பார்ப்பது. கண்ணுக்கு எதிரே தெரிகிற விஷயங்களைமட்டும் உணர்ந்துகொள்வது. அவைமட்டும்தான் உண்மை என்று நினைப்பது.'

'கருத்து என்பது, கண்ணெதிரே தெரிகிற பொருளைமட்டுமின்றி, அதன் பின்னணியில் உள்ள விஷயங்களையும் தெரிந்துகொள்வது. அதன் அடிப்படையில் முழுமையான உண்மைகளைப் புரிந்துகொள்வது.'

இப்படித் தொடங்கிப் புத்த மதத்தின் அடிப்படைகளை விரிவாக விளக்கினார் அறவண அடிகள். மணிமேகலையும் அவற்றைப் புரிந்துகொண்டு தெளிவு பெற்றாள். முன்பு பல மதங்களைச் சேர்ந்தவர்களிடம் பேசியபோது ஏற்பட்ட குழப்பங்களுக்கெல்லாம் இப்போது அவளுக்கு விடை கிடைத்துவிட்டது. தன்னுடைய பாதை எது என்பதும் புரிந்துவிட்டது!

66. குற்றம் தவிர்த்த வாழ்க்கை!

மணிமேகலை ஏற்கெனவே துறவறம் மேற்கொண்டுவிட்டாள்.

அடுத்து, மணிபல்லவத்தில் அவள் உணர்ந்துகொண்ட முன்பிறவிச் செய்திகளுக்குப்பிறகு, ஆபுத்திரனின் அமுதசுரபி அவளுக்குக் கிடைத்தது. அதன்மூலம் அவள் தானத்தில் ஈடுபடுகிறவளாக மாறிப்போனாள்.

இப்போது, அறவண அடிகளின் அருளால், புத்த தர்மத்தின் பேருண்மைகள் அவளுக்கு விளங்கிவிட்டன. அதன்மூலம் அவள் புத்தர் திருவடிகளிலேயே அடைக்கலமாகச் சேர்ந்துவிடுவதாகத் தீர்மானித்துவிட்டாள்.

அடுத்தபடியாக, கௌதம புத்தரின் சரித்திரத்தைச் சொல்ல ஆரம்பித்தார் அறவண அடிகள். அவருக்கு முன்பாகத் தோன்றிய எண்ணற்ற புத்தர்களின் வரலாறையும் அவர்கள் அருளிய நல்ல நெறிமுறைகளையும், ஞான உரைகளையும் விளக்கிச் சொன்னார்.

மணிமேகலை அவருக்குப் பலமுறை நன்றி தெரிவித்தாள். 'என்னுடைய முன்பிறவித் தவறுகளால்தான் இந்தப் பிறவி வாய்த்திருக்கிறது. இன்னொருமுறை நான் இந்தப் பூமியில் பிறக்காத வரம் வேண்டுமென்றால், இப்போது நான் எந்தத் தவறும் செய்யாதவளாக வாழவேண்டும். புத்தபிரானின் திருவடிகளை வணங்கி, அவர் சொல்லித்தந்த நெறிமுறைகளின்படி நடப்பேன், குற்றங்களை விலக்குவேன், தவ ஒழுக்கத்தையே என்னுடைய வாழ்க்கையாக ஏற்றுக்கொண்டு வாழுவேன்!'

★★★

தெளிவான எழுத்தும் ஆழமான ஆய்வும் நிறைந்த நூல்களுக்காகத் தமிழ் வாசகர்களிடையில் நன்கு அறியப்பட்டுள்ள என். சொக்கன் புனைவு, வாழ்க்கை வரலாறு, நிறுவன வரலாறு, தன்னம்பிக்கை, சிறுவர் இலக்கியம் உள்ளிட்ட துறைகளில் இதுவரை எழுபதுக்கும் மேற்பட்ட நூல்கள், நூற்றுக்கணக்கான கதைகள், கட்டுரைகளை எழுதியுள்ளார். விரிவான ஆய்வுகள், சான்றுகளின் அடிப்படையிலான ஆழமான வரலாற்று நூல்களைத் தமிழில் எழுத இயலும், அவற்றைப் பெரும்பான்மை வாசகர்களுக்குக் கொண்டுசேர்க்கவும் இயலும் என்பதைப் பலமுறை நிரூபித்த எழுத்து வகை இவருடையது.

தமிழ், ஆங்கிலம் ஆகிய இரு மொழிகளிலும் எழுதும் சொக்கனுடைய நூல்கள் ஹிந்தி, கன்னடம், மலையாளம் உள்ளிட்ட பல மொழிகளில் மொழிபெயர்ப்பாகியுள்ளன.

www.ingramcontent.com/pod-product-compliance
Lightning Source LLC
LaVergne TN
LVHW101425051026
849519LV00005BC/1880
* 9 7 8 9 3 9 5 2 2 2 1 5 0 *